நக்ஸல்பாரி

ஒரு கிராமத்தின் பெயர் மட்டுமல்ல

(ஒரு சுருக்கமான வரலாறு)

இரா. முருகவேள்

ஐம்பொழில் பதிப்பகம்
கோயமுத்தூர்

நக்ஸல்பாரி ஒரு கிராமத்தின் பெயர் மட்டுமல்ல
(ஒரு சுருக்கமான வரலாறு)

ஆசிரியர்	: இரா. முருகவேள் ©
மொழி	: தமிழ்
பதிப்பு	: முதல் பதிப்பு – மே 2024
	இரண்டாம் பதிப்பு – பிப்ரவரி 2025
பதிப்பகம்	: ஐம்பொழில் பதிப்பகம்
	634, லாலி சாலை கோவை–641 003.
பேச	: 94430 14445
மின்னஞ்சல்	: iramurugavel@gmail.com
விலை	: ₹ 180/–

Naxalbaari Oru kiraamathin peyar mattumalla
(oru surukkamana varalaaru)

Author	: Ira. Murugavel ©
Language	: Tamil
Edition	: First Edition - May 2024
	Second Edition - February 2025
Publisher	: Aimpozhil pathippakam
	634, lawley road,
	Coimbatore-641 003
Mobile	: 94430 14445.
Mail	: iramurugavel@gmail.com

Front cover photo courtesy: Basu, Poulomi, 'Centralia', 2019.
Back cover photo Courtesy: Indian Vanguard.

Book Design: Lakshmi sivakumar.
Wrapper Design: Prakash.

ISBN: 978-93-340-5029-5

முன்னுரை

நக்ஸல்பாரி இயக்கத்தை அடிப்படையாகக் கொண்டு பல புனைவுகளும், திரைப்படங்களும் தமிழில் வந்துள்ளன. அந்த இயக்கத்தில் செயலாற்றிய ஒரு சில தோழர்கள் எழுதிய நாவல்களையும், சிறுகதைகளையும் தவிர இவற்றில் பெரும்பாலானவை நகஸல்பாரிகள் குறித்த புரிதல் இல்லாமலேயே எழுதப்பட்டவை, எடுக்கப்பட்டவை.

நக்ஸல்பாரி இயக்கத்தினரை ராபின் உட் போல தனிநபர் சாகச வாதிகளாகச் சித்தரிப்பது

அவர்களை தீவிரவாதிகளாக சித்தரிப்பது

ஆவேசத்தை மட்டுமே அடிப்படையாகக் கொண்டு இலக்கற்று அலைபாய்பவர்களாகச் சித்தரிப்பது

என்று மூன்றுவகையான சித்தரிப்புகளை இது போன்ற புனைவுகளிலும், திரைப்படங்களிலும் நாம் காணலாம். மூன்றுமே தவறானவை.

நக்ஸல்பாரி இயக்கம் அதன் உச்சகட்டத்தில் இந்தியாவின் மொத்த நிலப்பரப்பில் நான்கில் ஒருபகுதியில் வீச்சுடன் இருந்தது. லட்சக்கணக்கானவர்கள் இந்த இயக்கத்துடன் தொடர்பு கொண்டிருந்தனர். இந்திய சமூகத்தில் மிக ஆழமான தடங்களை விட்டுச்சென்ற இயக்கம் இது. இன்னமும் நாட்டின் பல பகுதிகளில் இந்த இயக்கத்திலிருந்து கிளைத்து வந்த கட்சிகள் இயங்கிக் கொண்டிருக்கின்றன. எனவே நக்ஸ்ல்பாரிகளை விசித்திரமானவர்களாக, நம்மிலிருந்து மிகவும் மாறுபட்டவர்களாக எண்ணிக்கொள்ள வேண்டிய அவசியமில்லை.

ஒரு குறிப்பிட்ட கால கட்டத்தில் இதற்கு மேல் பொறுத்துக்கொள்ள முடியாது என்ற நிலையிலேயே நக்ஸல்பாரி வெடிப்பு நிகழ்ந்தது. அந்தக் காலகட்டம் உருவாக்கிய இயக்கம் இந்திய பொதுவுடமைக் கட்சி (மார்க்சிஸ்ட்–லெனினிஸ்ட்) எனப்படும் நக்ஸல்பாரி இயக்கம். தனக்கென திட்டவட்டமான நோக்கங்களையும், திசைவழியையும் கொண்டது இந்தக் கட்சி.

இதில் என்ன சிக்கல் என்றால் ஒவ்வொரு அபத்தமான திரைப்படம் வரும் போதும், நூல் வரும்போதும் உண்மை வரலாற்றைத் தெரிந்துகொள்ள என்ன படிக்கலாம் என்ற கேள்வியும் கூடவே வருகிறது. நக்சல்பாரி வரலாற்றை முழுமையாகப் பேசும் நூல்கள் தமிழில் இருக்கத்தான் செய்கின்றன. ஆனால் அவை குறிப்பிட்ட கட்சிகளால் கட்சி ஆவணங்களாக அந்தக் கட்சிகளின் தோழர்களுக்காக வெளியிடப்பட்டவை. பொதுவெளியில் கிடைப்பதில்லை. கிடைத்தாலும் இந்த நூல்கள் சம்பவங்களைவிட அரசியலையே அதிகம் பேசுவதால் வெளியிலிருந்து படிக்கும் வாசகருக்கு ஏற்றவையாக இருப்பதில்லை.

இப்படியொரு சூழலில்தான் இந்தக் கட்டுரைத் தொடரை உயிர்மை இதழில் எழுதத் தொடங்கினேன். முதலில் இரண்டு இதழ்களில் முடிக்கத் திட்டமிட்டிருந்தேன். ஆனால் அது வளர்ந்து கொண்டேபோய் நூற்றி ஐம்பது பக்கங்களில் வந்து நிற்கிறது. இருந்த போதிலும் இது நக்ஸல்பாரி வரலாற்றின் சுருக்கம் மட்டுமே என்பதைச் சொல்லக் கடமைப் பட்டிருக்கிறேன். அதிலும் ஆயுதப் போராட்டப் பாதையில் இயங்கும் நக்சல் அமைப்புகள் பற்றி மட்டும்தான் இந்நூலில் விவரிக்கப்பட்டுள்ளது. ஆயுதப் போராட்டப் பாதையைக் கைவிட்ட பல நக்சல் அமைப்புகள் தமிழ் நாட்டிலேயே உள்ளன. அவை பற்றி இந்நூலில் குறிப்பிடவில்லை.

இத்தொடரை நான் நினைத்த விதத்தில் எழுத சுதந்திரம் கொடுத்து வெளியிட்ட உயிர்மை ஆசிரியர் மனுஷ்ய புத்திரனுக்கு எனது நன்றிகளைத் தெரிவித்துக் கொள்கிறேன். புத்தகம் வடிவமைத்த அன்பு நண்பரும், எழுத்தாளருமான லஷ்மி சிவக்குமாருக்கும் அட்டை வடிவமைத்துத்தந்த பிரகாஷ் அவர்களுக்கும் தனது மேலான ஆலோசனைகளால் இந்நூலை பெருமைப்படுத்த உதவிய தோழர் கமலாலயன் அவர்களுக்கும் மனமார்ந்த அன்பும் நன்றியும்.

இந்நூலில் ஆக்கத்தில் முக்கிய பங்கு வகிப்பவர் தோழர் அருண். அவர் அளித்த ஊக்கமும், உதவிகளும், ஆலோசனைகளும் இல்லாமல்

போயிருந்தால் இந்நூலை வெளியிடும் எண்ணமே வராமல் போயிருக்கும். தோழருக்கு எனது மனமார்ந்த நன்றிகள்.

நூலை எழுதிக் கொண்டிருக்கும் போது தரவுகள் கிடைக்காமல் ஒவ்வொரு முறை திகைத்து நிற்கும் போதும் உதவிக்கரம் நீட்டியவர் தோழர் விநாயகம். எண்ணற்ற கேள்விகளுக்கு இன்முகத்துடன் பதிலளித்தவர். நக்சல்பாரி வரலாற்றைப் பற்றிய மிகப்பெரிய தகவல் களஞ்சியம் அவர். அவரிடமிருந்து பெற்ற பல தகவல்களை இந்நூலில் பயன்படுத்தியுள்ளேன். பெரும்பாலான தகவல்கள் செல்பேசி உரையாடல்களின் மூலம் பெறப்பட்டவை என்பதால் தவறுகள் இருப்பின் அவற்றுக்கான முழுப் பொறுப்பும் என்னையே சார்ந்தது என்பதைத் தெரிவித்துக் கொள்கிறேன். தோழர் விநாயகத்துக்கு எல்லையற்ற அன்பும் நன்றியும்.

இரா. முருகவேள்

உள்ளே

1. இந்தியப் பொதுவுடமை இயக்கம் நக்ஸல்பாரி வரை — 9
2. நக்ஸல்பாரி – ஒரு கிராமத்தின் பெயர் மட்டுமல்ல — 16
3. சாம்பலிலிருந்து — 44
4. கொண்டலு பகலேசினம் (மலைகளையே பிளந்துட்டோம்) — 69
5. கங்கையில் பெருகிய குருதி — 92
6. மீண்டும் வங்கம் — 106
7. ஆந்திர இயக்கம் (தாக்குதல்களும் எதிர்த்தாக்குதல்களும்) — 122
8. அரசு விரிவாக்கமும் பின்னடைவும் — 130
9. சாகேத் — 135
10. முச்சந்தி — 139
11. கெரில்லாப் போராட்டமும் தாராளமய உலகும் — 146

இந்தியப் பொதுவுடமை இயக்கம் – நக்ஸல்பாரி வரை

ஹிந்துகுஷ் என்றால் இந்துக்களைக் கொல்லும் மலை என்று பொருள். பழங்கால இந்தியாவிலிருந்து மத்திய ஆசியாவுக்குக் கொண்டு செல்லப்படும் அடிமைகள் இந்த வானுயர்ந்த பனிமூடிய சிகரங்களையும், ஆழங்காணமுடியாத பள்ளத்தாக்குகளையும் கடக்க முடியாமலும், எலும்பை ஊடுருவும் குளிரைத் தாங்க முடியாமலும் இறந்து போவார்களாம். அதனால் அந்தப் பெயர்.

முதல் உலகப் போர் 1918 ஆம் ஆண்டு முடிவடைந்த பிறகு தீவிரமான இஸ்லாமிய மதப்பற்றும், போர்க்குணமும் கொண்ட சில இந்திய இளைஞர்கள் துருக்கிப் பேரரசின் மன்னரும் உலக இஸ்லாமியர்களின் தலைவருமான காலிபாவைக் காக்கப் போரிடுவதற்காக எல்லையற்ற மனவுறுதியுடன் இந்த மாபெரும் மலைகளைக் கடந்து சென்று கொண்டிருந்தனர்.

முதல் உலகப் போரில் பிரிட்டன், பிரான்ஸ், அமெரிக்கா, இத்தாலி கூட்டுப்படைகளால் துருக்கி தோற்கடிக்கப்பட்டிருந்தது. துருக்கிக்கு எதிராகப் போரிட அனுப்ப மாட்டோம் என்று வாக்குறுதி அளித்தே இந்திய முஸ்லீம்களை பிரிட்டன் போரில் ஈடுபடுத்தியிருந்தது. பின்பு அதை மீறி துருக்கிக்கு எதிராகப் போரிடுவதற்காக ஈராக், சிரியா போர்முனைகளுக்கு இந்திய படைகளை பிரிட்டன் அனுப்பியது. போரில் துருக்கியை வென்றதும் துருக்கிப் பேரரசை துண்டு துண்டாக்கவும், துருக்கிப் பேரரசரும் உலக இஸ்லாமியர்களின் தலைவருமான காலிப்பை பதவி நீக்கம் செய்யவும் பிரிட்டனும் பிரான்சும் முயற்சி எடுத்து வந்தன. இது இந்திய முஸ்லீம்களிடம் கடும் கோபத்தை

ஏற்படுத்தியது. காலிப்பைக் காக்க துருக்கி செல்வதற்காக அந்த இளைஞர்கள் உயிரைப் பணயம் வைத்து இந்தப் பயணத்தை மேற்கொண்டிருந்தனர்.

இந்தியாவிலிருந்து ஆப்கானிஸ்தான் சென்று அங்கிருந்து ருஷ்யாவுக்குள் நுழைந்து அதன் வழியாக துருக்கி செல்வது என்பது அந்த இளைஞர்களின் திட்டம்,

ஆப்கானின் ஹிந்துகுஷ் மலைகளுக்கு அப்பால் இருந்தது புரட்சி நடந்து கொண்டிருந்த ரஷ்யா. இந்தியாவிலிருந்து கடல்வழியாகவோ, ஈரான் மார்க்கமாகவோ துருக்கி செல்லும் பாதைகள் பிரிட்டனின் கட்டுப்பாட்டில் இருந்ததால் ரஷ்யா வழியாகப் போகும் முடிவு எடுக்கப்பட்டது.

அந்த இளைஞர்களை புதிதாக உருவான சோவியத் யூனியனைச் சேர்ந்த உஸ்பெகிஸ்தானின் தலைநகரான டாஷ்கெண்ட்டில் வரவேற்கக் காத்திருந்தார் அவர்களுக்கு முற்றிலும் முரணான கொள்கைகளைக் கொண்ட ஒருவர். இவர்களை அரசியல்படுத்தும் பொறுப்பை எம்.என்.ராய் என்ற புரட்சிக்காரரிடம் மூன்றாவது கம்யூனிஸ்ட் அகிலம் ஒப்படைத்திருந்தது. எம்.என் ராய் இந்த இளைஞர்களுக்காக ஒரு பயிற்சிப்பள்ளியை நிறுவி ஆயுதப் பயிற்சியளிக்க ஏற்பாடு செய்தார். அவர்களோடு தொடர்ச்சியான விவாதங்களில் ஈடுபட்டார். உண்மையான இறைத்தொண்டு என்பது தங்கள் நாட்டிலுள்ள உழைக்கும் மக்களை கொடுங்கோன்மையிலிருந்து காக்கப் போரிடுவதாகும் என்பதை ஏற்றுக்கொள்ளச் செய்தார்.

தீவிர மதப்பற்றுடன் துருக்கியை நோக்கிக் கிளம்பிய இஸ்லாமிய இளைஞர்களில் பலர் எம் என் ராய் உருவாக்கிய பள்ளியில் பயின்ற பிறகு மார்க்சியத்தை ஏற்றுக்கொண்டனர். இந்தக் குழுவைச் சேர்ந்தவர்களைக் கொண்டே இந்தியப் பொதுவுடமைக் கட்சி 17.10.1919ல் தாஷ்கெண்ட்டில் உருவானது.

1922ல் இந்திய தேசிய காங்கிரஸின் மாநாடு கயாவில் கூடியது. அது ரஷ்யாவில் வெற்றி பெற்றிருந்த பாட்டாளி வர்க்கப்புரட்சி ஐரோப்பாவெங்கும் பரவிவிடுமென்ற பயத்தில் பெரும்பணக்காரர்கள் தங்களைப் பாதுகாத்துக்கொள்ள பாதுகாப்பான தங்கிடங்களை ஏற்படுத்திக் கொண்டிருந்த நேரம். எனவே பொதுவுடமைத் தத்துவம், கம்யூனிஸ்ட் அகிலம்

போன்றவற்றின் மீது உலகின் பெரும் ஏகாதிபத்தியமான பிரிட்டிஷ் அரசு கடும் பகைமை கொண்டிருந்தது.

பொதுவுடமை எண்ணம் கொண்டவர்கள் தங்களை வெளிக் காட்டிக் கொள்ளத் தயங்கிய அந்தக் கூட்டத்தில் 63 வயதான சிங்காரவேலர் தன்னைக் கம்யூனிஸ்ட் என்று கம்பீரமாக அறிவித்துக் கொண்டார். மாநாடு அதிர்ந்துபோனது.

மாஸ்கோவிலும், டாஷ்கெண்ட்டிலும், பெர்லினிலும் புரட்சியாளர்கள் கம்யூனிஸ்ட் கட்சியை வளர்த்தெடுக்க படாத பாடுபட்டுக் கொண்டிருக்கும் போது நமது சென்னையில் அவர்கள் கட்ட நினைத்த அமைப்பைவிட பன்மடங்கு வலிமை வாய்ந்த ஒரு அமைப்பை உழைக்கும் மக்களைக் கொண்டே உருவாக்கினார் சிங்காரவேலர். 27.4.1918ல் பிரிட்டிஷ் முதலாளிக்குச் சொந்தமான பங்கிங்ஹாம் அண்ட் கர்னாடிக் மில்ஸில் மெட்ராஸ் லேபர் யூனியன் என்ற தொழிற்சங்கத்தை உருவாக்கினார். இந்தியாவின் முதல் தொழிற்சங்கம் இதுதான். பின்பு சிங்காரவேலரும் திரு.வி.க. போன்றவர்களும் இணைந்து எம்.எஸ்.எம் தொழிலாளர் சங்கம், மின்சார தொழிலாளர் சங்கம், டிராம்வே தொழிலாளர் சங்கம், ரயில்வே ஊழியர்கள் சங்கம், கோயமுத்தூர் நெசவாளர் சங்கம், மதுரை நெசவாளர் சங்கம் என பல தொழிற்சங்கங்களை உருவாக்கினர். அயோத்திதாசருடன் உறவு, பௌத்தம், மகாபோதி சொஸைட்டி வழியாக சிங்காரவேலர் பொதுவுடமை சிந்தனைக்கு வந்து சேர்ந்த பாதை நீண்ட நெடியது.

1.5.1923ல் சிங்காரவேலர் இந்துஸ்தான் தொழிலாளர் விவசாயிகள் கட்சியை உருவாக்கினார். பம்பாய் மாகாணத்தில் ஒரு தொழிற் சங்கத்தை உருவாக்கியிருந்த டாங்கேவும் இதில் இணைந்தார். எம்.என் ராய் மாஸ்கோவிலிருந்து இந்த அமைப்புகளுடன் தொடர்புகொண்டு இவையனைத்தையும் ஒன்றிணைக்க முயற்சிகள் மேற்கொண்டு வந்தார். சிங்காரவேலர், டாங்கே, முஸாபர் அகமது, உஸ்மான் போன்ற பொதுவுடமைத் தலைவர்கள் மீது பிரிட்டிஷ் பேரரசருக்கு எதிராகச் சதி செய்ததாக வழக்குத் தொடரப்பட்டது. இந்த வழக்கும் இந்தியாவில் இயங்கிய பொதுவுடமைத் தலைவர்கள் பற்றிய விரிவான அறிமுகத்தை மக்களுக்கு அளித்தது. செய்தித்தாள்கள் தினமும் வழக்கு பற்றிய செய்திகளை தலைப்புச் செய்தியாக

வெளியிட்டன. சிங்கார வேலர் உடல்நிலைகாரணமாக விடுதலை செய்யப்பட்டார். மற்றவர்கள் தண்டிக்கப்பட்டனர்.

பின்பு 27.12.1925ல் கான்பூர் மாநாட்டில் இந்தியப் பொதுவுடமைக் கட்சி இந்திய மண்ணில் உருவானது. தலைவர்கள் தொடர்ந்து வேட்டையாடப்பட்டு வந்த காலம் என்பதால் பொதுவுடமைக் கட்சியானது இந்திய தேசிய காங்கிரஸின் ஒரு அங்கமாக இயங்குவதென்று முடிவு செய்யப்பட்டிருந்தது. சில ஆண்டுகளுக்குப் பின்பு சிறைகளிலிருந்து விடுதலையான இந்துஸ்தான் குடியரசு படை, யகாந்தர், அனுசீலன் சமிதி போன்ற புரட்சிகர இயக்கங்களை சேர்ந்தவர்கள் இந்திய பொதுவுடமைக் கட்சியில் சேர்ந்து அதைப் பலப்படுத்தினர். சந்திரசேகர ஆஸாத்தின் மரணத்துக்குப் பின்பு இந்துஸ்தான் சோஷலிசக் குடியரசு ராணுவத்தின் தலைவராக இருந்த யஷ்பால் (பகத்சிங், ராஜகுரு, சுகதேவ் ஆகியோர் உறுப்பினராகவிருந்தது இந்த அமைப்புதான்), சிட்டகாங் ஆயுதசாலைத் தாக்குதலில் ஈடுபட்ட யுகாந்தர் அமைப்பின் கல்பனா தத் ஆகியோர் அவ்வாறு இணைந்தவர்களில் குறிப்பிடத்தக்கவர்கள்.

அந்தக் காலத்தில் ஒரு தலித் சிறுவன் பண்ணையத்துக்கு கொத்தடிமையாக அனுப்பப்படும் வயது சராசரியாகப் பத்து ஆகும். பனிரெண்டு வயதுதான் சிறுவர்கள் ஆலையில் சேரும் வயது. கொடூரமான நிலப்பிரபுக்கள் கிராமப்புறங்களில் மன்னர்களாக வரைமுறையற்ற அதிகாரம் செலுத்தி வந்தனர். ஆலைகளில் சவுக்கால் அடிப்பதும், பதினான்கு மணிநேரம் வேலை வாங்குவதும் சகஜமாக இருந்தது. இடைநிலைச் சாதிகளை சேர்ந்த குத்தகை விவசாயிகளின் வருமானத்தில் பாதியை ஆண்டைகள் பறித்துக் கொண்டனர். அதோடு ஆண்டைகளின் வயல்களில் வெட்டி எனப்படும் கூலி இல்லாத வேலையும் குத்தகை விவசாயிகள் செய்ய வேண்டும். இந்தியா வறுமையும், பஞ்சமும் பட்டினியும், கொள்ளை நோய்களும் அடிமைத்தனமுமாக உயிர்க்களையிழந்து கிடந்தது.

பொதுவுடமைக் கட்சி உக்கிரமான தொழிலாளர் போராட்டங்களை நடத்தியது. ரத்தம் படியாத எந்த மில் வாயிலும் இல்லை என்னுமளவிற்கு இந்தியப், பொதுவுடமைக் கட்சி பம்பாய், கல்கத்தா, சென்னை, கோவை போன்ற தொழில் மையங்களில் தொழிலாளர் உரிமைகளுக்கான கடும் போராட்டங்களை நடத்தியது.

எண்ணற்ற தியாகங்கள், களபலிகள், மரணதண்டனைகளுக்குப் பிறகு குறிப்பிடத்தக்க உரிமைகளை வென்றெடுத்தது.

விவசாயிகள் அரங்கில் தெலங்கானா, தெபாகா, கீழ்தஞ்சை, புன்னப்புரா வயலார் என்று போராட்டங்கள் தொடர்ந்தன. தலித் பண்ணையடிமைகளை விடுதலை செய்வதையும், குத்தகை விவசாயிகள் ஆண்டைகளுக்குக் கொடுக்க வேண்டிய நிலவாரத்தை ரத்து செய்து உழுபவனுக்கே நிலம் என்பதை நிலைநாட்டுவதையும் இந்தப் போராட்டங்கள் அடிப்படையாகக் கொண்டிருந்தன. ஆயிரக்கணக்கான தோழர்கள் இந்தப் போராட்டங்களில் உயிரிழந்தனர். பல்லாயிரம் கூலி ஏழை விவசாயிகளும், லம்பாடி பழங்குடி இன மக்களும் தெலங்கானாவில் அமைக்கப்பட்டிருந்த சிறப்பு முகாம்களில் அடைக்கப்பட்டு நோய்களுக்கும், பட்டினிக்கும், அடக்குமுறைக்கும் பலியாகினர்.

இந்தப் போராட்டங்களின் காரணமாகவே விவசாயக் கூலிகள், குத்தகை விவசாயிகளின் உரிமைகள் கவனம் பெற்றன. காங்கிரஸ் அரைமனதாக நிலச்சீர்திருத்தத்துக்கு ஒப்புக் கொண்டது.

1952ல் கட்சி ஆயுதப் புரட்சியைக் கைவிட்டு வெளிப்படையாக இயங்குவதாக முடிவு செய்து பாராளுமன்றத்தில் பங்கெடுக்கும் செயல்தந்திரத்தை மேற்கொண்டது. 1952ல் சென்னை மாகாண சபைக்கு நடந்த தேர்தலில் காங்கிரஸ் 152 இடங்களிலும், பொதுவுடமைக் கட்சி 62 இடங்களிலும், தொழிலாளர் விவசாயிகள் கட்சி 35 இடங்களிலும், மற்றவை 64 இடங்களிலும் வெற்றிபெற்றன. காங்கிரஸ் தவிர்த்த மற்ற கட்சிகள் இணைந்து ஆட்சியமைக்க உரிமை கோரிய போது நேருவால் சென்னைக்கு அனுப்பப்பட்ட ராஜாஜி எதிரணியிலிருந்த பல கட்சிகளுடன் பேச்சுவார்த்தை நடத்தி, பேரங்களில் ஈடுபட்டு, உடன்படிக்கைகள் செய்து கொண்டு அந்த வாய்ப்பைத் தகர்த்து காங்கிரஸ் ஆட்சியமைத்தார்.

கட்சி ஆயுதங்களை களைந்து தேர்தல் பாதைக்கு வந்து விட்டாலும் கீழே ஆலைகளிலும், கிராமங்களிலும் நிலவரம் வன்முறைமயமானதாகவே இருந்தது. கட்சி ஊழியர்கள் எந்த நேரமும் தாக்கப்படலாம், கொலை செய்யப்படலாம் என்ற சூழலிலேயே பணிபுரிய வேண்டியிருந்தது. கண்ணாக்குட்டி போன்ற தொழிலாளர் தலைவர்கள் கோவையில்

கைத்துப்பாக்கியுடன் நடமாடவேண்டிய நிலையே இருந்து வந்தது.

ஆனால் இந்தக் கால கட்டம் கட்சி மிகுந்த தன்னம்பிக்கையுடன் முன்னேறிச் சென்ற காலமாகவும் இருந்தது. சவுக்கடி சாணிப்பால் கொடுமைகளுக்கு எதிரான போராட்டங்கள், மலைகளில் தேயிலைத் தோட்டத் தொழிலாளர்களின் போராட்டங்கள், ஆலைகளில் தொழிலாளர்களுக்கு உரிமை கோரும் போராட்டங்கள் ஆகியவை குறிப்பிடத்தக்க வெற்றிகளை ஈட்டின.

பாட்டாளிவர்க்கத்தின் மிகப் பெரும் சவக்கிடங்காக இருந்த தேயிலைத் தோட்டங்களில் இடதுசாரிகளின் முயற்சியால் ஓரளவு நல்ல வீட்டு வசதியும், மருத்துவமும், கல்வியும் சாத்தியமாயின. தெருக்களில் பிணங்கள் கிடந்த காலம் போயே போய்விட்டது.

கேரள மாநிலம் உருவானதும் 1957ல் நடந்த தேர்தலில் பொதுவுடமைக் கட்சி வெற்றி பெற்று ஆட்சியமைத்தது. நிலச்சீர்திருத்த சட்டத்தையும், தனியார் கல்வி நிலையங்களை முறைப்படுத்தி ஆசிரியர்களுக்கு உரிய சம்பளம் வழங்கும் கல்வி சட்டத்தையும் கொண்டு வந்தது. அதற்கு விலையாக இரண்டே ஆண்டுகளில் ஆட்சி கவிழ்க்கப்பட்டது.

சோவியத் யூனியனில் ஸ்டாலினின் மறைவுக்குப் பிறகு ஆட்சிக்கு வந்த குருஷேவ் 1956ல் ஒரு ரகசிய உரையாற்றினார். அதில் ஸ்டாலின் மீது 30 க்கும் மேற்பட்ட குற்றங்களைச் சுமத்தினார். (அவையனைத்தும் பொய் என்று குரோவர் பர் போன்ற ஆய்வாளர்களால் இப்போது நிரூபிக்கப் பட்டுள்ளன). உலகம் உறைந்து போனது.

குருஷேவ் வர்க்கப் போராட்டத்துக்கு பதில் சமாதான சகவாழ்வு என்ற கோட்பாட்டைக் கடைப்பிடித்தார். சோவியத் கம்யூனிஸ்ட் கட்சி தனது நண்பனான இந்திய அரசுடன் இணக்கமான போக்கைக் கடைப்பிடிக்கும்படி இந்திய பொதுவுடமைக் கட்சிக்கு அறிவுறுத்தியது.

இதனால் கட்சிக்குள் இயல்பாகவே அதிருப்தியும் விமர்சனங்களும் தோன்றின. அதே நேரம் காங்கிரஸ் அரசு தொடர்ந்து பழைய பகைமையுடனேயே இயங்கியது. அந்தக் காலத்தில் இந்தியா

கடுமையான நெருக்கடிகளைச் சந்தித்து வந்தது. நாடெங்கும் கடும் உணவுப்பஞ்சம் நிலவியது. உணவுக் கலகங்கள் வெடித்துக் கிளம்பின. நேரு வயதாகித் தளர்ந்து வந்தார். காங்கிரஸ் அவருக்கு நிகரான அடுத்த கட்டத் தலைமை இல்லாமல் தடுமாறிக் கொண்டிருந்தது.

தேர்தல் மூலமாக இருந்தாலும், புரட்சியாக இருந்தாலும் அரசியலதிகாரத்தை நோக்கி பாய்ந்து முன்னேற இதுவே சரியான தருணம் என்று கட்சியின் ஒருபிரிவினர் நினைத்தனர். அவர்களுக்கு இந்திய பொதுவுடமைக் கட்சியின் மென்மைப் போக்கு எரிச்சலூட்டியது. பல ஒற்றுமை முயற்சிகள், பேச்சுவார்த்தைகள் எல்லாவற்றுக்கும் பிறகு அக் 31லிருந்து நவ 7 வரை நடந்த கல்கத்தா மாநாட்டில் இந்திய பொதுவுடமைக் கட்சி இரண்டாக உடைந்து இந்திய பொதுவுடமைக் கட்சி (மார்க்ஸிஸ்ட்) பிறந்தது. ஆனால் ஏப்ரல் 1965 நடந்த இந்திய பாகிஸ்தான் போர் இந்தியர்கள் அனைவரையும் காங்கிரஸின் தலைமையில் கீழ் ஒன்றிணைத்தது. மற்றவை அனைத்தும் பின்னுக்குத் தள்ளப்பட்டன. இந்திரா காந்தியின் தலைமையில் காங்கிரஸ் தன்னை ஒன்று திரட்டிக் கொண்டு தனது பிடியை நிலைநாட்டியது. இந்தியா முழுவதும் பல்லாயிரம் மார்க்சிஸ்ட் தோழர்கள் சீன ஆதரவாளர்கள் என்று ஒரே நாளில் கைது செய்யப்பட்டு சிறையிலடைக்கப்பட்டனர்.

புரட்சிக்கான அந்த உக்கிரமான தீர்மானகரமான கணம் விலகிப் போனது.

ஆனால் கனன்று கொண்டிருந்த நெருப்பு நக்ஸல்பாரியில் வெடித்தது. கன்னியாகுமரி வரை விரிந்து பரவியது.

நக்ஸல்பாரி — ஒரு கிராமத்தின் பெயர் மட்டுமல்ல

கோடியாரி, இந்திய நேபாள எல்லையிலுள்ள நக்சல்பாரி பகுதியைச் சேர்ந்த ஒரு சிறு கிராமம். நக்ஸல்பாரி எழுச்சியின் போது இந்தக் கிராமம் புரட்சி நடவடிக்கைகளின் மையமாகவிருந்தது. அரச படைகளுடன் பெரும் மோதல்கள் இங்கே நடந்தன. இன்றளவும் நக்ஸல் அமைப்புகளின் செல்வாக்கில் உள்ள கிராமம் இது. இந்தக் கிராமத்தில் தான் பாரதிய ஜனதா கட்சி வங்காளத்தைக் கைப்பற்றும் ஆப்ரேஷன் லோட்டஸ் நடவடிக்கையைத் தொடங்கியது. 2017 ஆம் ஆண்டு உள்துறை அமைச்சர் அமித் ஷா நேரடியாகக் கோடியாரி கிராமத்துக்கு வந்து ராஜு மஹாலி, கீதா மஹாலி என்ற தலித் தம்பதியினரின் வீட்டில் உணவருந்தி, ஆப்பரேஷன் லோட்டஸைத் தொடங்கி வைத்தார். நக்சல்பாரி பகுதியைக் கைப்பற்றுவதன் மூலம் கம்யூனிசத்தின் மீதான இறுதி வெற்றியைத் தாங்கள் நிலைநாட்டப்போவதாகவும், மேற்கு வங்கத்திலிருந்து இடதுசாரிகளை அடியோடு ஒழித்துக் கட்டப்போவதாகவும் பாரதிய ஜனதா கட்சித் தலைவர்கள் கோடியாரியில் அறிவித்தனர்.

வங்காளத்தைக் காவிமயமாக்கும் திட்டத்தை நக்சல்பாரியிலிருந்து தொடங்க விரும்பினார் அமித் ஷா என்றார் ஒரு பிஜேபி தலைவர்.

ஷாந்தி முண்டா என்ற பழங்குடியினப் பெண், நக்சல்பாரி எழுச்சியை அடுத்துப் பெரும் போலீஸ் படைகள் அந்தப் பகுதியைத் தாக்கியபோது விவசாயிகள் படையின் முன்னணியில்

நின்று அம்புகளால் பல போலீசாரைக் கொன்றவர். இன்று அந்தப் பகுதியில் உயிருடனிருக்கும் ஒரே நக்ஸலைட் தலைவரும் அவர்தான். அவரது வீரம் காவியத் தன்மை வாய்ந்தது என்று அக்காலத்தில் கருதப்பட்டது. இப்போது அவர் சிபிஐ எம் எல் லிபரேஷன் அமைப்பில் இருக்கிறார்.

அந்தத் தேர்தலில் சிபிஎம், உள்ளிட்ட பல இடதுசாரி கட்சிகள் காங்கிரஸுடன் கூட்டணி அமைத்திருந்தன. இந்தத் தொகுதி காங்கிரஸுக்கு ஒதுக்கப்பட்டது. அங்கு வலிமையாக உள்ள லிபரேஷன், ரெட் ஸ்டார், ஜனசக்தி ஆகிய எம் எல் கட்சிகள் தங்கள் வேட்பாளர்களை நிறுத்தாமல் காங்கிரஸ் வேட்பாளர்களுக்கு வாக்களிக்கும்படி மறைமுகமாக அறிவுறுத்தின. என்ன விலை செலுத்தியாவது பிஜேபியைத் தோற்கடிப்பதே மேற்கு வங்கம் முழுவதிலிமிருந்த இடதுசாரிகளின் ஒரே நோக்கமாக இருந்தது.

சாந்தி முண்டா வெகுண்டெழுந்து "என் வாழ்நாளில் கம்யுனிஸ்டுகள் காங்கிரஸுடன் கூட்டு சேரும் நிலையைப் பார்க்க வேண்டிவரும் என்று நினைத்தே பார்த்ததில்லை" என்றார். "வர்க்க விரோதிகளின் கட்சி அது. அதனோடு கூட்டு சேரும் நிலைமை வந்ததற்கு மார்சிஸ்ட் கட்சி மீது பரிதாபப்படுகிறேன். நான் எப்படி காங்கிரஸை ஆதரிக்க முடியும்? வாய்ப்பே இல்லை"

நக்ஸல்பாரி எழுச்சியின் போது இந்தப் பகுதியில் ஒவ்வொரு வீடும் போலீஸ் மற்றும் காங்கிரஸ் அடியாட் படைகளுடன் நடந்த சண்டைகளில் குடும்ப உறுப்பினர் ஒருவரையாவது இழந்து இருந்தது. காங்கிரஸ் ஆதரித்து வந்த நிலப்பிரபுக்களையும், அவர்களின் அடியாள் படைகளையும் எதிர்த்துத் தலைமுறை தலைமுறையாகப் போராடி வந்த நக்ஸல்பாரிக் கட்சிகளின் ஊழியர்கள் நீண்ட வரிசைகளில் நின்று நோடாவுக்கு வாக்களித்தனர்.

“தலைமை என்ன சொன்னாலும் சரி, காங்கிரசுக்கோ, திரிணாமூல் காங்கிரஸுக்கோ வாக்களிக்க வேண்டாம் என்று நக்சல்பாரி டிவிஷன் தோழர்களுக்கு அறிவுறுத்தியுள்ளோம்" என்றார் அந்தப் பகுதி சிபிஐ எம் எல் ஜனசக்தி என்ற நக்சல்பாரிக் கட்சியின் நிர்வாகக் குழு உறுப்பினர்.

ஒவ்வொரு தெருவிலும் காங்கிரஸ் அடியாள் படைகளுடன் நடந்த போராட்டங்களின் குருதி படிந்த நக்சல்பாரிப் பகுதி தோழர்களால் ஒருபோதும் எந்த வடிவத்திலும் காங்கிரஸையோ, திருணாமூல் காங்கிரஸையோ ஆதரிக்க முடியாது என்பதை மார்சிய லெனினியக் கட்சிகளின் தலைமைகள் உணரவில்லை என்பதையே காங்கிரஸை ஆதரிக்கும் இந்த முடிவு காட்டுகிறது என்கிறார் நாதுராம் பிஸ்வாஸ் என்ற எம் எல் ஊழியர்.

நக்சல்பாரி உட்பட சில்குரி டிவிஷன் முழுவதையும் பிஜேபி கைப்பற்றி அனைத்து வீடுகளிலும், கட்டடங்களிலும் காவிக்கொடி ஏற்றியது.

1960களின் தொடக்கத்தில் இந்தியா படுமோசமான நிலையிலிருந்தது. அரசால் மக்களுக்குப் போதுமான உணவு வழங்க முடியவில்லை. பஞ்சம் தலைவிரித்தாடியது. நாடு முழுவதும் உணவுக் கலகங்கள் நடந்து வந்தன. அமெரிக்கா அளித்த கோதுமையே பலரது பசி தீர்க்க உதவியது. அமெரிக்காவிலிருந்து கோதுமை ஏற்றி வந்த கப்பல்கள் நிற்கும் துறைமுகங்களைப் பட்டினியால் வதைபட்ட பல்லாயிரம் மக்கள் சூழந்து நின்றனர்.

கிராமங்களில் எண்பது சதவீத தலித் மக்கள் பெரும் பண்ணையார்களிடம் அற்ப கூலிக்குப் பணி செய்து வந்தனர். அல்லது பண்ணையத்துக்குக் கொத்தடிமைகளாக இருந்தனர். சிறு விவசாயிகளும், குத்தகைதாரர்களும் நிலப்பிரபுக்களால் கொடுமையாகச் சுரண்டப்பட்டு வந்தனர். கொடும் அடக்குமுறையும் சாதிவெறியும் சுரண்டலும் தலைவிரித்தாடிக் கொண்டிருந்தன. நகரங்களில் வேலை வாய்ப்பின்மை உச்ச கட்டத்தை எட்டிக் கொண்டிருந்தது. காங்கிரஸ் அரசு எல்லா முனைகளிலும் தோல்வியடைந்து விட்டது தெளிவாகத் தெரிந்தது.

அப்போது இந்தியாவில் முக்கியமான எதிர்க்கட்சியாகவிருந்த இந்தியப் பொதுவுடமைக் கட்சி (CPI) அரசியலதிகாரத்தை நோக்கிய தீர்மானகரமான நடவடிக்கை எடுப்பதற்குப் பதிலாக முடிந்த இடங்களிலெல்லாம் காங்கிரஸுடன் ஒத்துழைப்பு என்ற விசித்திரமான நிலையெடுத்தது.

சோவியத் யூனியனில் ஸ்டாலினின் மறைவுக்குப் பிறகு ஆட்சிக்கு வந்த குருஷேவ் முதலாளித்துவ நாடுகளுடன் சமாதான சகவாழ்வு, புரட்சிகள் இல்லாமல் சமாதான வழியில் சோஷலிசத்துக்கு மாற்றம் ஆகிய கோட்பாடுகளை முன்வைத்தார். சீனக் கம்யூனிஸ்ட் கட்சி இந்த குருஷேவ் கோட்பாடானது உலகப் பாட்டாளி வர்க்க இயக்கங்களை முதலாளித்துவவாதிகளுக்குக் காட்டிக் கொடுப்பதாகும் என்று கடுமையாக விமர்சித்தது. சோவியத் யூனியன் அடைந்திருக்கும் தொழில் நுட்ப வளர்ச்சியை மற்ற நாடுகளுக்கு ஏற்றுமதி செய்து லாபமடைந்து ஏகாதிபத்தியமாக மாற வழி செய்வதே இந்தக் கோட்பாடு என்றும் இடதுசாரிகளால் விமர்சிக்கப்பட்டது. அதற்கு ஏற்றாற்போல குருஷேவ் உலகம் முழுவதும் சென்று முதலாளித்துவ அரசுகளுடன் வணிக ஒப்பந்தங்கள் செய்து கொண்டார். சோவியத் யூனியன் பாட்டாளி வர்க்க நலன்களுக்காக நிற்பதற்குப் பதிலாக அவர்களை ஒடுக்கி வரும் அரசுகளோடு நட்பு கொண்டு, அவர்களுடன் உழைக்கும் மக்களைச் சமாதானமாக வாழச் சொன்னது மாபெரும் துரோகம் என்று கருதப்பட்டது.

இந்திய பொதுவுடமைக் கட்சி 1959 ஆம் ஆண்டு தனது கேரள மாநில அரசு நேரு ஆட்சியால் பதவிநீக்கம் செய்யப்பட்ட அனுபவத்தின் காரணமாக வெளிநாட்டு உறவுகளிலும், பொருளாதாரக் கொள்கைகளிலும் இந்திய அரசை ஆதரிக்கும் நிலையை எடுத்து வந்தது. அவ்வாறு எடுக்காவிட்டால் இந்தியாவில் இயங்க ஆளும் வர்க்கம் தன்னை ஒருபோதும் அனுமதிக்காது என்பதை உணர்ந்திருந்தது. இப்போது ரஷ்யக் கம்யூனிஸ்ட் கட்சியும் முதலாளித்துவ நாடுகளுடன் வர்க்கப் போருக்குப் பதில் சமாதான சகவாழ்வு என்ற நிலை எடுத்ததும் இந்திய பொதுவுடமைக் கட்சி அதை உற்சாகத்துடன் ஆதரித்தது. காங்கிரஸ் கட்சி பல முற்போக்கான கொள்கைகளைக் கொண்டுள்ளது என்று கூறும் அளவுக்குச் சென்றார் இந்தியப் பொதுவுடமைக் கட்சித் தலைவர் அஜாய் கோஷ்.

இந்த நடவடிக்கைகள் கட்சிக்குள் கடும் அதிருப்தியை ஏற்படுத்தின. களத்தில் காங்கிரஸ் முதலாளிகளுக்கும், நிலப்பிரபுக்களுக்கும் எதிராக உயிரைக் கொடுத்துப் போராடிக் கொண்டிருந்த தோழர்கள் இந்த நிலைப்பாடுகளை ஏற்க

மறுத்தனர். காங்கிரஸுடன் ஒத்துழைப்பது என்பது உழைக்கும் மக்களைக் காட்டிக் கொடுப்பதாகும் என்றனர் அவர்கள்.

இந்தோனேஷியக் கம்யூனிஸ்ட் கட்சியானது, உண்மையான மாற்றத்தை விரும்பிய இந்தியக் கம்யூனிஸ்டுகளை இந்திய பொதுவுடமைக் கட்சியிலிருந்து வெளியேறும்படி கோரியது. உலகம் முழுவதும் பலநாடுகளில் கம்யூனிஸ்ட் கட்சிகள் உடைந்து ரஷ்ய பாதையை எதிர்த்த சீனப் பாதையை பின்பற்றும் கட்சிகள் தோன்றின.

1962 ஆம் ஆண்டு சீனாவுடன் போர் தொடங்கியபோதும் இந்தியப் பொதுவுடமைக் கட்சி இந்திய அரசை உறுதியாக ஆதரித்தது. இந்தச் சூழ்நிலையில் இந்தியப் பொதுவுடமைக் கட்சிக்குள்ளிருந்த அதிருப்தியாளர்கள் கட்சியை உடைத்து வெளியேறுவது என்ற முடிவெடுத்தனர்.

1964 ஏப்ரல் 11 அன்று ஒன்றுபட்ட கம்யூனிஸ்ட் கட்சி உடைந்து இந்தியப் பொதுவுடமைக் கட்சி மார்க்சிஸ்ட் உருவானது. மார்க்சிஸ்ட் கட்சிக்கு ஆயுதப் போராட்டம் நடத்தும் எண்ணம் இல்லை என்றாலும் நாட்டில் நிலவிய கொடுமையான சூழலையும், பஞ்சங்களையும், நடந்து வந்த கலகங்களையும் கணக்கில் கொண்டு தீவிரமான போராட்டங்களை முன்னெடுக்கவும், இந்தியப் பொதுவுடமைக் கட்சி எடுத்திருந்த காங்கிரஸ் ஆதரவு நிலைபாட்டை மாற்றவும் உறுதி கொண்டிருந்தது. இரண்டு இந்தியக் பொதுவுடமைக் கட்சிகளிலும் தலைமையைத் தவிர்த்து அனைத்து மட்டங்களிலும் ஊழியர்கள் ஆயுதம் தாங்கியவர்களாகவே இருந்தனர். அவ்வாறு இருந்தால் மட்டுமே ஆலைகளிலும் கிராமங்களிலும் மக்கள் பணி செய்ய முடியும் என்ற நிலைமையே நாட்டில் இருந்தது. உயிரைக் கொடுக்கவும் தேவையானால் எடுக்கவும் தயாராக இருக்க வேண்டியிருந்த சூழ்நிலையிலேயே ஊழியர்கள் பணியாற்றி வந்தனர். இதன் காரணமாகவே அடுத்த பிளவு வந்து நக்சல்பாரி எழுச்சி தோன்றிய போது கட்சியினர் எளிதாக ஆயுதப் போராட்டத்தை ஏற்றுக் கொண்டனர்.

மார்க்சிஸ்ட் கட்சி முழுமையாகத் தன்னை நிலை நிறுத்திக் கொள்ளும் முன்பே 1964 டிசம்பர் 30 ஆம் தேதி நள்ளிரவில் இந்தியா முழுவதிலும் அதன் பல்லாயிரம் ஊழியர்களும் தலைவர்களும்

கைது செய்யப்பட்டுச் சிறையிலடைக்கப்பட்டனர். கைது செய்யப்பட்டவர்களில் டார்ஜிலிங் மாவட்ட மார்க்சிஸ்ட் கட்சித் தலைவரான சாரு மஜூம்தாரும் இருந்தார். சாரு மஜூம்தார் மார்க்ஸிஸ்ட் கட்சி பாதிவழியில் நிற்பதாகக் கருதினார். மார்க்ஸிஸ்ட் கட்சி சோவியத் ரஷ்யாவின் பாதை சரியில்லை என்று உடைத்துக் கொண்டு வந்தது சரியானது என்றாலும் துணிச்சலாகப் புரட்சிப்பாதையில் செல்லத் தயங்குகிறது என்ற விமர்சனம் அவருக்கு இருந்தது.

சிறையில் அவரும் டார்ஜிலிங் தோழர்களும் கட்சி என்ன நடைமுறையைக் கடைப்பிடிக்க வேண்டும் என்பது குறித்து தலைமையுடன் தத்துவார்த்தப் போராட்டத்தில் ஈடுபட்டிருந்தனர். சாரு மஜூம்தார், முழுமையாக சீனப் பாதையைப் பின்பற்றுவது, உடனடியாக ஆயுதப் போராட்டத்தில் இறங்குவது, வர்க்க விரோதிகள் மீது தாக்குதல் தொடுப்பது ஆகியவற்றை வலியுறுத்தி ஆறு கட்டுரைகள் எழுதிச் சுற்றுக்கு விட்டிருந்தார். சிறைக்குள் நடந்த தத்துவார்த்தப் போராட்டம் ஒரு முடிவை எட்டவில்லை என்றாலும், சாரு சிறையிலிருக்கும் போதே சிலிகுரி பகுதியில் தோழர்கள் அவரது வழியை ஏற்றுக் கொண்டு பிரச்சாரம் செய்யத் தொடங்கியிருந்தனர்.

மார்க்சிஸ்ட் கட்சியினர், சாரு மஜூம்தார் உட்பட ஏறக்குறைய மூன்றாண்டுகள் சிறையிலிருந்த பின்பு 1967 ஆண்டு தேர்தல் வரும்போதே விடுதலை செய்யப்பட்டனர். இந்த இடைக்காலத்தில் பாகிஸ்தான் இந்தியா மீது போர் தொடுத்ததை ஒட்டி காங்கிரஸ் நாடு முழுவதும் தேசியவெறியைத் தூண்டி தன் பின்னே அணிதிரட்டியிருந்தது. இந்திரா காந்தி காங்கிரஸ் கட்சியின் தலைமையில் உறுதியாக அமர்ந்திருந்தார்.

எனவே 1967 ஆம் ஆண்டுத் தொடக்கத்தில் மார்க்சிஸ்ட் தலைவர்களும் தொண்டர்களும் விடுதலையாகி வரும்போது நிலைமை தீவிரமான போராட்டங்களுக்கு ஏற்றதாக இல்லை என்ற கருத்து கட்சிக்கு இருந்தது. மார்க்சிஸ்ட் கட்சியானது, காங்கிரஸிலிருந்து உடைந்து வந்து வங்காள காங்கிரஸ் என்ற கட்சியைத் தொடங்கியிருந்த அஜாய் குமார் முகர்ஜியுடன் கூட்டணி அமைத்து 1967 மாநிலத் தேர்தலைச் சந்திக்க முடிவு செய்தது. இந்த முடிவானது இந்தியப் பொதுவுடமைக் கட்சி சென்ற வழியிலேயே மார்க்சியக் கம்யூனிஸ்ட் கட்சியும் செல்கிறது

என்ற எண்ணத்தைப் புரட்சியை நோக்கி நகரவேண்டும் என்ற கருத்துக் கொண்டிருந்த தலைவர்கள், ஊழியர்களிடையே ஏற்படுத்தியது.

மார்க்சிஸ்ட் கட்சியானது தனது புரட்சிகர லட்சியங்களிலிருந்து விலகிச் செல்கிறது என்ற விமர்சனம் கட்சியின் இரண்டு மையங்களில் இருந்து வந்தது. பரிமல் தாஸ் குப்தா என்ற மார்க்சிய கம்யூனிஸ்ட் கட்சித் தலைவரின் தலைமையிலான கல்கத்தா குழுவினர் தலைமையுடன் தத்துவார்த்தப் போராட்டம் நடத்துவதன் மூலமும், அழுத்தங்கள் கொடுப்பதன் மூலமும் கட்சியின் தவறுகளைத் திருத்த முடியும் என்ற கருத்துக் கொண்டிருந்தனர். இக்குழு தத்துவார்தக் குழு என்றழைக்கப்பட்டது. சாரு மஜூம்தார், கனுசன்யால் தலைமை தாங்கிய வடக்கு வங்காளக் குழு பெரும் கொடுமைகள் இழைத்து வந்த நிலப்பிரபுக்களுக்கு எதிராக உடனடியாகப் புரட்சிகர நடைமுறையில் இறங்க வேண்டும் என்றது. இது செயல்பாட்டாளர்கள் குழு என்றழைக்கப்பட்டது. *(Towards naxalbari 1953-1967: An account of inner party ideological struggle)*

சாரு மஜூம்தார், கனுசன்யால் உள்ளிட்ட டார்ஜிலிங் மாவட்ட மார்க்சிஸ்ட் கட்சித் தலைமைக் குழுத் தோழர்கள் தெபகா விவசாயிகளின் எழுச்சியின் போது முன்னணியில் நின்று போராடிய அனுபவம் பெற்றவர்கள். நேரடிக் களப் போராட்டங்களில் நம்பிக்கை கொண்டவர்கள். எனவே சிறையிலிருந்து வெளிவந்ததும் டார்ஜிலிங் மாவட்ட மார்க்சிஸ்ட் கட்சித் தலைமைக் குழு உறுப்பினர்களில் பெரும்பகுதியினர் சாரு மஜூம்தாரின் வழியை ஏற்றுக் கொண்டனர்.

இந்தியாவின் பெரும்பகுதிகளைப் போலவே வடக்கு வங்காளத்திலும் ஜோதேதார்கள் என்ற பெரு நிலப்பிரபுக்களை எதிர்த்தும், தேயிலைத் தோட்ட நிர்வாகங்களை எதிர்த்தும் மக்கள் பணி செய்துவந்த தோழர்கள் ஆயுதப் போராட்டம் நடத்துவதற்கு ஏற்ற சூழலில் தான் இயங்கி வந்தனர். அவர்களுக்குத் தங்கள் மீது கொலைவெறித் தாக்குதல் நடத்திவந்த வன்முறைக் கும்பல்களைத் திருப்பித் தாக்கத் தலைமையின் ஒப்புதலும் உதவியும் தேவைப்பட்டது. ஆயுதப் போராட்ட நடைமுறைக்குக் கிடைத்த ஆதரவைக் கண்டு அதிர்ச்சியடைந்த மார்க்சிஸ்ட் கட்சி சாருமஜூம்தாரைக் கட்சியிலிருந்து நீக்க முயன்றது. ஆனால்

கட்சிக்குள் தோன்றிய எதிர்ப்பின் காரணமாக அம்முயற்சியை அப்போதைக்குக் கைவிட்டது.

1966 செப்டம்பரில் டார்ஜிலிங் தேயிலைத் தோட்டங்களில் தொழிலாளர் வேலை நிறுத்தம் தொடங்கியது. இப்போராட்டத்துக்கு சாரு தலைமையிலான கலகக் குழு தலைமை தாங்கியது. இவர்களுடன் மற்றத் தொழிற்சங்க உறுப்பினர்களும் போராட்டத்தில் இணைந்து கொண்டனர். மலைகளுக்குக் கீழே இருந்த சிலிகுரி பகுதி விவசாயிகளும் தொழிலாளர்களுக்கு ஆதரவாக நின்றனர். போராட்டத்தை உடைக்க ஏவப்பட்ட அரசப் படைகளையும், கூலிப்படைகளையும் ஆயுதமேந்திய விவசாயிகளும் தொழிலாளர்களும் இணைந்து நின்று திருப்பித் தாக்கி முறியடித்தனர். தொழிற்சங்கக் கூட்டத்திலிருந்து மார்க்ஸிஸ்ட் கட்சியின் தேர்தல் பாதையை ஆதரித்தவர்கள் வெளியேற்றப்பட்டனர். இந்தப் போராட்டமே நக்சல்பாரி எழுச்சிக்கு அடித்தளமாக அமைந்தது.

அடுத்த இரண்டு ஆண்டுகளுக்கு நீடித்த நக்சல்பாரி எழுச்சி காலம் முழுவதிலும் தேயிலைத் தோட்டத் தொழிலாளர்கள் விவசாயிகளுக்கு ஆதரவாக நின்றனர். சிலிகுரி சப்டிவிஷனில் நடந்த விவசாயிகள் மாநாடு பெரும் வெற்றியடைந்தது. திட்டமிட்ட முறையில் அமைப்பாக்கப்பட்டதால் உத்வேகம் பெற்ற நிலமற்ற விவசாயிகள் ஜோதேதார்களுக்கு எதிரான தங்கள் போராட்டங்களைத் தீவிரப்படுத்தினர்.

அந்த நேரத்தில் 1967 இல் நடந்த தேர்தலில் மார்க்சிஸ்ட் மற்றும் வங்காளக் காங்கிரஸ் கூட்டணி வெற்றி பெற்றது. அஜாய் முகர்ஜி முதலமைச்சரானார். இந்த அமைச்சரவையில் மார்க்சிஸ்ட் கட்சி அங்கம் வகித்தது. அதுவரை காங்கிரஸைத் தவிர வேறு ஆட்சியை மக்கள் பார்த்தது இல்லை என்பதால் கல்கத்தா நகரம் விழாக்கோலம் பூண்டது. தெருவிளக்குகள் செங்கொடிகளால் போர்த்தப்பட்டன. ஒவ்வொரு தெருவிலும் செம்பதாகைகள் படபடத்தன. சிவப்புச் சுவரொட்டிகள், பலூன்கள் என்று நகரமே செங்கடலில் மூழ்கிவிட்டது போலிருந்தது. இனி எல்லாம் நலமே நடக்கும் என்ற எண்ணம் பெரும்பான்மை மக்களிடம் ஏற்பட்டது.

வெறுக்கத்தக்க காங்கிரஸ் கட்சி தோற்கடிக்கப்பட்டதை ஒட்டி மேற்கு வங்காளம் முழுவதும் பெரும் கொண்டாட்டங்கள்

நடந்தன. சோஷலிச அரசே உருவாக்கப்பட்டு விட்டதைப் போன்ற தோற்றம் உருவானது. இதனால் கொஞ்சமும் எதிர்பாராத இடத்திலிருந்து ஒரு விரும்பத்தாகாத விளையும் ஏற்பட்டது. உழுபவனுக்கே நிலம் என்பது மார்க்சிஸ்ட் கட்சியின் அடிப்படை முழக்கமாகும். நிலப்பிரபுக்களிடமிருந்து நிலத்தைக் குத்தகைக்கு எடுத்து விவசாயம் செய்து வரும் நிலமற்ற விவசாயிகள் நிலப்பிரபுக்களால் அட்டை போல உறிஞ்சப்பட்டுக் கொடும் வறுமையில் உழன்று வந்தனர்.

ஜோதேதார்கள் மற்றும் அவர்களது அடியாள் படைகளால் கடுமையான அடக்குமுறைக்கு நிலமற்ற விவசாயிகள் ஆளாகி வந்ததுடன் பாலியல் துன்புறுத்தல்களையும் எதிர்கொள்ள வேண்டியிருந்தது. அன்றாட வாழ்க்கைக்கான வருமானத்தை ஜோதேதாரக்ள் பறித்துக் கொண்டு வட்டிக்குக் கடன் வழங்கினர். பெரும்பாலான குடும்பங்கள் பரம்பரை பரம்பரையாகக் கடன் சுமையில் அவதிப்பட்டு வந்தன.

இந்தக் குத்தகை விவசாயிகளுக்கு, அவர்கள் உழுதுகொண்டிருக்கும் நிலம் உரிமையாக்கப்படும் என்ற தேர்தல் வாக்குறுதியை மார்க்ஸிஸ்ட் கட்சி அளித்திருந்தது. சிலிகுரி டிவிஷன் நிலப்பிரபுக்கள் மார்க்ஸிஸ்ட் கட்சி தான் சொன்னபடி குத்தகை நிலங்களை விவசாயிகளுக்கு உரிமையாக்கிவிடக்கூடும் என்ற அச்சத்தில் தங்கள் நிலங்களில் இருந்த எண்ணற்ற குத்தகைதாரர்களை வெளியேற்றினர். பல்லாயிரம் விவசாயிகள் தங்கள் நிலங்களையும், வாழ்வாதாரத்தையும் வீடுகளையும் இழந்து தெருவில் நின்றனர். இதுவும் வடக்கு வங்காளத்தில் கொந்தளிப்பான சூழலை ஏற்படுத்தியது.

இதை எதிர்கொள்ள ஒரு கூட்டணி அமைச்சரவையில் அங்கமாக இருந்த மார்க்சிஸ்ட் கட்சிக்கு போதுமான நேரமோ, வங்காள காங்கிரசிடமிருந்து ஒத்துழைப்போ கிடைக்கவில்லை. பழைய சட்டங்களும் குத்தகை விவசாயிகளுக்கு உரிய பாதுகாப்பு அளிக்கவில்லை. அப்போதிருந்த சட்டப்படி அரசிடம் பதிவு செய்திருந்த குத்தகை விவசாயிகளுக்கே சட்டபூர்வமான பாதுகாப்பு கிடைக்கும். அரைப்பட்டினியில் நிலபிரபுக்களிடம் சிக்குண்டு கிடந்த குத்தகை விவசாயிகள் தங்களைப் பதிவு செய்து கொள்வதென்பதேது. எனவே ஆயிரக்கணக்கான குத்தகை விவசாயிகள் தாங்கள் குத்தகைக்கு உழுது வந்த நிலங்களிலிருந்து

வெளியேற்றப்பட்ட போது மார்க்சிஸ்ட் கட்சியால் உடனடியாக அதை எதிர்கொள்ள முடியவில்லை.

அதே நேரம் ஆயுதப் புரட்சி, நிலபுரப்புக்களை அழித் தொழிப்போம் என்ற முழங்கிய சாருவின் டார்ஜிலிங் மாவட்ட கமிட்டி பின்னால் கடுங்கோபம் கொண்டிருந்த விவசாயிகள் பெரும் எண்ணிக்கையில் திரளத் தொடங்கினர். நிலத்திலிருந்து வெளியேற்றப்படுவது விவசாயிகளுக்கு சாவுக்கு சமம். என்ன விலை செலுத்தியாவது நிலத்தில் ஊன்றி நிற்கவும், நிலப்பிரபுக்களை எதிர்த்துப் போராடவும் அவர்கள் தயாராகினர். அவர்களுக்கு வேறு வழியுமில்லை.

கனுசன்யாலின் கூற்றுப்படி சிலிகுரி பகுதியில் 1967 மார்ச் முதல் ஏப்ரல் வரை 20,000 நிலமற்ற விவசாயிகள் முழுநேர ஊழியர்களாகக் கலகக் குழுவினருடன் சேர்தனர். சாரு மஜூம்தார், கனுசன்யால் ஆகியோர் ஒழுங்கமைத்த சிலிகுரி தோழர்களின் தலைமையில் உருவாக்கப்பட்ட விவசாயிகளின் ஆயுதக் குழுக்கள் நேரடியாகத் தாக்குதலில் இறங்கின. அதுவரை எதிர்த்து ஒரு சொல் பேசவும், நிமிர்ந்து நடக்கவும் அஞ்சிக் கொண்டிருந்த நக்சல்பாரியின் குத்தகை விவசாயிகள் வீறு கொண்டு எழுந்து ஜோதேதார்களின் நிலங்களைக் கைப்பற்றி, நில உரிமை தொடர்பான எல்லா ஆவணங்களையும் எரித்து அழித்தனர். விவசாயிகளைக் கொத்தடிமைகளாக வைத்திருக்கக் பயன்பட்ட அனைத்துக் கடன் பத்திரங்களையும் எரித்தனர். குரூரமான நிலப்பிரபுக்கள் பலர் கொல்லப்பட்டனர். நாட்டுத் துப்பாக்கிகள் முதல் வில் அம்புகள் வரை பல்வேறுவிதமான ஆயுதங்கள் ஏந்திய குழுக்களின் கட்டுப்பாட்டின்கீழ் அந்தப் பகுதி முழுவதும் வந்தது. நிலப்பிரபுக்களின் நிலங்களில் இருந்த பயிர்கள் அறுவடை செய்யப்பட்டுப் பட்டினியில் வதைபட்ட குடும்பங்களுக்குப் பகிர்ந்தளிக்கப்பட்டன. இந்த எழுச்சி நக்சல்பாரியைச் சுற்றியிருந்த கிராமங்களுக்கும் விரைந்து பரவியது.

மேற்கு வங்க அரசில் அங்கம் வகித்த மார்க்ஸிஸ்ட் அமைச்சரான ஹரி கிருஷ்ண கோனார் சிலிகுரி வந்து அரசே நிலங்களைப் பகிர்ந்து தரும். தாக்குதல் நடத்துவதையும், சட்டத்தைக் கையில் எடுத்துக் கொள்வதையும் கைவிட்டு அரசிடம் மனுக்கொடுங்கள். அரசு சட்டப்படி நிலம் வழங்கும் என்றார். நிலப்பிரபுக்களின்

உறுதி வாய்ந்த ஆதரவாளர்களாக இருந்த அரசு அதிகாரிகள் மூலம் நிலப்பகிர்வு என்பதைப் போராட்டக்காரர்கள் திட்டவட்டமாக மறுத்துவிட்டனர்.

சிபிஎம் கட்சி தனது கட்சியைச் சேர்ந்த அதிருப்தியாளர்களுடன் பேச்சு வார்த்தை நடத்திக் கொண்டிருக்கும் போதே அக்கட்சி அங்கம் வகித்த அமைச்சரவையின் முதல்மைச்சரான அஜாய் முகர்ஜி அரசு நக்சல்பாரியை ஒடுக்குவதற்கான நடவடிக்கைகளில் இறங்கியது. சிபிஎம் கட்சி தாங்கள் புரட்சிக்காரர்களுடன் ஒப்பந்தத்துக்கு வந்து விட்டதாகவும், அரசு அதை முன்னெடுத்துச் செல்வதற்கு பதில் சிலிகுரி பகுதியில் காவல்நிலையங்களை ஏன் திறக்கிறது என்ற கேள்வியை 29 மே மாதம் எழுப்பியது.

சிபிஎம் கட்சி ஐக்கிய முன்னணி அரசில் உறுப்பினராக இருந்தபோதிலும் அந்த அரசு விவசாயிகள் மீது துப்பாக்கி சூடு நடத்தியதையும் அங்கே போலீசாரைக் கொண்டுவந்து குவிப்பதையும் கண்டித்தது. முதல்வர் அஜாய் முகர்ஜி நிலப்பிரபுக்களுக்கு ஆதரவாக நடந்துகொள்கிறார் என்று குற்றம்சாட்டியது. நக்சல்பாரி விவசாயிகளின் கலகத்துக்கு ஜோதேதார்கள் மற்றும் தேயிலைத்தோட்ட நிர்வாகங்களின் இரக்கமற்ற சுரண்டலும், நிலப்பறிப்பும், மற்ற மக்கள் விரோத நடவடிக்கைகளுமே காரணம் என்ற நிலையை சிபிஐஎம் கட்சி எடுத்தது.

மறுநாள் கல்கத்தாவிலிருந்த கல்லூரிச் சாலை என்ற பெயர் பெற்ற சாலை முழுவதும் 'கொலைகார அஜாய் முகர்ஜியே பதவி விலகு' என்று சிபிஐஎம் மாணவர்களின் சார்பில் சுவரொட்டிகள் ஒட்டப்பட்டன. இந்த மாணவர்கள் சிபிஎம் தலைமை மீது அதிருப்தி கொண்டிருப்பதும், சாருவின் அரசியலை நோக்கி நகர்வதும் தெளிவாகத் தெரிந்தது.

காங்கிரஸிலிருந்து வெளியேறியிருந்த அஜாய் முகர்ஜியும், காங்கிரஸும் கைகோர்த்துக் கொண்டனர். நக்ஸல்பாரிப் பகுதி முழுவதும் தாக்குதல்களும் எதிர்த்தாக்குதல்களும் தொடர்ந்தன. பயங்கரவாதம் தலைவிரித்தாடுகிறது என்றார் முதலமைச்சர் அஜய் முகர்ஜி.

அதுவரை கலகக்காரர்கள் சிபிஎம் கட்சியினராகவே கருதப்பட்டு வந்தனர். சாருவும், மற்ற நக்ஸல்பாரித் தலைவர்களும் சிபிஐஎம் தலைமையைக் கைப்பற்றி மொத்தக் கட்சியையும் புரட்சிப் பாதையில் திருப்புவதையே குறிக்கோளாகக் கொண்டிருந்தனர். ஆனால் தலைமையைக் கைப்பற்றுவதற்கான நேரமோ சூழலோ நக்சல்பாரிக் கிளர்ச்சியாளர்களுக்குக் கிடைக்கவில்லை. சிபிஐ எம் தலைமையால் நக்சல்பாரி உழவர்கள் ஏற்றுக் கொள்ளக் கூடிய தீர்வை அளிக்க முடியவில்லை. சிபிஐஎம் கட்சியானது அஜய் முகர்ஜி அரசு, மத்திய அரசு ஆகியவற்றிடமிருந்து கடும் அழுத்தத்தைச் சந்தித்து வந்தது. பல்வேறு காரணங்களால் சிபிஐ எம் கட்சித் தலைமைமீது அதிருப்தி கொண்டிருந்தவர்கள், நக்ஸல் பாரி நிகழ்வுகளால் ஈர்க்கப்பட்ட கட்சிசார்பற்றவர்கள் நக்ஸல்பாரிப் புரட்சிக்காரர்கள் பின்னால் திரண்டனர். சிபிஐ எம் கட்சி உருவான மூன்றே ஆண்டுகளில் இன்னொரு பிளவு தவிர்க்க முடியாததாகிவிட்டது.

சிபிஐஎம் அதிருப்தியாளர்களும், பிரசிடென்சிக் கல்லூரி மாணவர்களும், நக்சல்பாரி எழுச்சியின் ஆதரவாளர்களான அறிவுத்துறையினரும் கல்கத்தா ராம்மோகன் நூலக அரங்கில் நக்சல்பாரி விவசாயிகள் போராட்ட உதவிக் குழு என்ற பெயரில் ஒரு கூட்டத்தை நடத்தினர். இந்தக் கூட்டமே சிபிஐஎம் எல் உருவாக்கத்துக்கான அடித்தளமாக அமைந்தது.

இந்நிலையில் பீகிங் வானொலி நக்ஸல்பாரி எழுச்சியை வசந்தத்தின் இடிமுழக்கம் என்றழைத்தது. மேற்கு வங்க அரசைப் பிற்போக்குவாதிகளின் கருவி என்று விமர்சித்தது. இது உலக அரங்கில் சிபிஐ எம் கட்சிக்கு மிகப் பெரிய பின்னடைவாக அமைந்தது. ஏற்கெனவே சோவியத் யூனியன் கம்யூனிஸ்ட் கட்சி சிபிஐ கட்சியை ஆதரித்து வந்தது. சிபிஐ எம் கட்சி சீன ஆதரவையும் இழந்ததன் காரணமாக உலக அரங்கில் தனிமைப்பட்டுப் போனது. அது மேலும் புரட்சியாளர்களிடமிருந்து விலகிச் சென்றது.

ஜூலை மாதம் 12 ஆம் தேதி 1967 ஆம் ஆண்டு மேற்கு வங்க அரசு நக்ஸல்பாரி மீது பெரும் தாக்குதல் நடத்தியது. முதலமைச்சர் அஜாய் முகர்ஜி இந்தத் தாக்குதலானது சிபிஐஎம் கட்சியினரும் கலந்துகொண்டு எடுத்த முடிவு என்று கூறினாலும் சிபிஐ எம் கட்சியானது இது விவசாயிகள் மீதான

அடக்குமுறை என்று கூறியது. அதே நேரம் மத்திய மாநில அரசுகளின் அழுத்தத்தாலும், தன் அணிகளை நக்சல்பாரியின் செல்வாக்கிலிருந்து காப்பதற்காகவும், 1967 ஜூலை மாத இறுதியில் சிபிஐ எம் தலைமை நக்சல்பாரி கலகக்காரர்களுக்கு எதிரான நிலையை வெளிப்படையாக எடுத்தது. ஆகஸ்ட் மாதத்தில் மதுரையில் கூடிய அகில இந்திய மாநாட்டில் நக்சல்பாரிப் புரட்சியை தீவிர வாதம் என்றும் இடது விலகல் என்று வரையறுத்தது.

அக்டோபர் வாக்கில் நக்ஸபாரியில் முன்னின்று போராட்டத்தை நடத்திவந்த அனைத்து நக்ஸல் தலைவர்களும் கைது செய்யப்பட்டுவிட்டனர். போலீசாரும், நிலப்பிரபுக்களின் படையினரும், காங்கிரஸாரும் அந்த டிவிஷன் முழுவதும் கிராமம் கிராமமாகச் சென்று சுற்றி வளைத்துத் தாக்குதல் நடத்திச் சூறையாடினர். பல கிராமங்கள் எரிக்கப்பட்டன. பல உள்ளூர்த் தலைவர்கள் கொல்லப்பட்டனர். விவசாயிகள் அமைத்திருந்த ஆயுதக் குழுக்களுக்களுக்கு நல்ல ஆயுதங்களோ, பயிற்சியோ இல்லை. அனுபவம் வாய்ந்த தலைமையும் இல்லை. பின்வாங்கிச் செல்வதற்கு ஒழுங்கமைக்கப்பட்ட, பாதுகாப்பான பின்புலமும் இல்லை. இந்தக் குழுக்கள் நவீன ஆயுதந்தாங்கிய அரசுப் படைகளுக்கு எதிர்நிற்க முடியாமல் பெரும் சேதத்தைச் சந்தித்தன. நக்ஸல்பாரியில் இயக்கம் பின்னடைவைச் சந்தித்தது.

“நூற்றுக்கணக்கான நக்ஸபாரிகள் வெடிப்பதற்காகப் புகைந்து கொண்டிருக்கின்றன. நக்ஸல்பாரி சாகவில்லை, அதற்கு மரணமில்லை” என்றார் சாரு மஜும்தார்.

அது உண்மைதான். அதற்குள் மேற்கு வங்கத்தின் வடகோடியிலிருந்த நக்சல்பாரியில் தோன்றிய எழுச்சி தெற்கு பகுதியிலிருந்த மிட்னாபூர் வரை பரவியிருந்தது. பல்வேறு மாவட்டங்களின் கிராமப் பகுதிகளிலும் நிலப்பிரபுக்களுக்கு எதிரான ஆயுதப் போராட்டமும் அழித்தொழிப்புகளும் தொடர்ந்து நடந்து வந்தன.

நக்சல்பாரி எழுச்சி டார்ஜிலிங் மாவட்டத்தின் எல்லைகளைக் கடந்து மாநிலம் முழுவதும் பரவத் தொடங்கியதும் ஆஜாய் குமார் முகர்ஜி அரசு டிஸ்மிஸ் செய்யப்பட்டது. மத்திய அரசு நேரடியாகத் தலையிட்டு துணை ராணுவப் படையினரை வங்கக் கிராமங்களுக்கு அனுப்பி கிளர்ச்சியை ஒடுக்க முனைந்தது.

1968 இறுதிக்குள்ளான ஓராண்டு கலத்தில் வங்காளத்தின் பல கிராமங்கள் அரசின் மூர்க்கமான தாக்குதல்களால் சின்னாபின்னமாயின. ஒவ்வொரு பிரதேசத்தில் புரட்சி நெருப்பு அடக்கப்படும் போதும் வெவ்வேறு எதிர்பாராத இடங்களில் கலகம் வெடித்துக் கொண்டே இருப்பது வழக்கமாகிப் போனது. அரசும், புரட்சி வெடிக்கும் பகுதிகளைத் தனிமைப்படுத்தி சுற்றி வளைத்து எரித்தும், கொன்றும் துவம்சம் செய்யும் பணியை உக்கிரமாகச் செய்து வந்தது. மேற்கு வங்க கிராமப்புறங்கள் போர்க்களங்களாகின. காங்கிரஸ் கட்சியின் மேற்கு வங்கத் தலைவர் சித்தார்த்த சங்கர் ரே, நக்சல்பாரி புரட்சியாளர்களுக்கு எதிரான தாக்குதல் நடவடிக்கைகளை ஒருங்கிணைத்து நடத்தினார்.

நக்ஸல்பாரி முறியடிக்கப்பட்ட ஒரே மாதத்தில் ஆந்திராவின் ஸ்ரீகாகுளம் மாவட்டத்தில் பழங்குடி மக்களின் எழுச்சி தோன்றியது. இந்தப் பகுதியில் ஒன்றுபட்ட பொதுவுடமைக் கட்சி பலமாக வேரூன்றியிருந்தது. அடுத்தடுத்து வந்த பிளவுகளால் குழப்பமடைந்திருந்த தோழர்கள் புரட்சியாளர்கள் பக்கம் சாயத் தொடங்கினர். 1967 ஆம் ஆண்டு அக்டோபர் மாதம் 31 ஆம் தேதி மார்க்சிஸ்ட் கட்சியைச் சேர்ந்த இரண்டு தோழர்கள் நிலப்பிரபுக்களால் கொல்லப்பட்டனர். பதிலடியாகப் பழங்குடி மக்கள் நிலப்பிரபுக்களின் நிலங்களையும், களஞ்சியங்களையும், வீடுகளையும் தாக்கிக் கொள்ளையிட்டனர். நிலப்பிரபுக்களின் தானியங்கள் பறிமுதல் செய்யப்பட்டு விநியோகிக்கப்பட்டன. கலகம் தீ போல அடுத்தடுத்த கிராமங்களுக்குப் பரவியது.

நக்ஸல்பாரியில் நடந்ததற்கு மாறாக ஸ்ரீகாகுளத்தில் கம்யூனிஸ்ட் புரட்சியாளர்கள் மக்கள் எழுச்சியை அடுத்து விவசாயிகளின் தாக்குதல் குழுக்களைத் திட்டமிட்டு அமைக்கத் தொடங்கினர். இக்குழுக்கள் மேற்கு வங்கத்தை விட ஓரளவு நல்ல ஆயுதங்களும், பயிற்சியும் எல்லாவற்றுக்கும் மேலாக ஒழுங்கமைக்கப்பட்ட தலைமையும் கொண்டிருந்தன. மலைப்பாங்கான நிலப்பரப்பும் நக்சல்பாரியைவிட ஸ்ரீகாகுளத்தில் போராட்டத்துக்கு ஏற்றதாகவிருந்தது.

அரசு உடனடியாக 12,000 சி ஆர் பிஎஃப் படையினரை ஸ்ரீகாகுளம் பகுதிக்கு அனுப்பி எழுச்சி வேறு பகுதிகளுக்குப் பரவாமல் இரண்டு தாலுக்காக்களுக்குள் தடுத்து நிறுத்தியது. ஆறுமாதங்கள்

தொடர்ந்து ஒவ்வொரு கிராமத்திலும், ஒவ்வொரு குன்றிலும் நடந்த சண்டைகளில் 120 போலீசார் கொல்லப்பட்டனர். எண்ணற்றவர்கள் காயம்பட்டனர். நக்ஸலைட்டுகள் தரப்பிலும் பெரும்பாலான தலைவர்கள் கொல்லப்பட்டனர். புகழ்பெற்ற கவிஞரான சுப்பாராவ் பாணிக்கிரஹி ஆயுதமேந்தி சிஆர்பி எஃப் படையினருடன் போரிட்டு மரணமடைந்தார். ஆயுதப் போராட்டம், முறையான கெரில்லாப்படை என்ற இடத்துக்கு நக்ஸலைட்டுகள் நகர்ந்தது ஸ்ரீகாகுளத்தில்தான் என்றபோதிலும் தலைவர்களை இழந்ததால் போராட்டம் மெல்ல வலுவிழந்தது. ஆனாலும்கூட இரண்டு தாலுக்காக்கள் மட்டுமே கொண்ட ஸ்ரீகாகுளம் பகுதி பல்லாயிரம் அரசப் படையினருக்கு எதிராக ஆறுமாதங்கள் வீரத்துடன் போரிட்டது சிபிஐஎம் கட்சியிலிருந்த பலருக்கு உத்வேகம் அளித்து ஆயுதப் போராட்ட அரசியலை நோக்கி நகர்த்தியது.

இதற்கு முன்பாக 1967 ஆம் ஆண்டு ஆகஸ்டு மாதம் மதுரையில் கூடிய மார்க்சிஸ்ட் கட்சியின் அகில இந்திய மாநாடு நக்சல்பாரி எழுச்சியைத் தீவிரவாதம் என்றும் இடது விலகல் என்றும் வரையறுத்தது. சீனப் பொதுவுடமைக்கட்சி நக்சல்பாரியை ஆதரித்ததற்காக அதையும் மார்க்சிஸ்ட் கட்சி விமர்சித்தது. 1967 ஆம் ஆண்டு அக்டோபர் மாதம் சாரு மஜும்தார் ஒரு புரட்சிகரக் கட்சியைக் கட்டவேண்டிய காலம் வந்துவிட்டது என்று எழுதினார்.

மார்க்சிஸ்ட் கட்சியின் இந்த நிலைபாடு அகில இந்திய அளவில் கட்சிக்குள் பெரும் அதிருப்தியையும் கோபத்தையும் ஏற்படுத்தியது. மார்க்சிஸ்ட் கட்சி ஆயுதப் போராட்டத்தை முன்னெடுக்கும் என்ற நம்பிக்கையை தோழர்கள் அடியோடு இழந்தனர். அடுத்த இரண்டு ஆண்டுகளில் பல்வேறு மாநிலங்களைச் சேர்ந்த சிபிஎம் தோழர்கள் ஆயிரக்கணக்கில் கட்சியை உடைத்து வெளியேறிக்கொண்டே இருந்தனர். ஏறக்குறைய சிபிஎம் கட்சியில் மூன்றில் ஒரு பகுதி வெளியேறியது என்று மதிப்பீடுகள் குறிப்பிடுகின்றன. வெளியேறியவர்களின் எண்ணிக்கை இன்னும் அதிகமாக இருக்கும் என்கின்றனர் பல செய்தியாளர்கள்.

சிபிஐ எம் கட்சியின் மேல் அதிருப்தியடைந்திருந்த தோழர்களின் பிரதிநிதிகள் 1967 ஆம் ஆண்டு நவம்பர் 12 ஆம் தேதி கல்கத்தாவில் கூடி அகில இந்தியப் பொதுவுடமைப் புரட்சியாளர்கள்

கூட்டமைப்பு என்ற குழுவை உருவாக்கினர். இதில் தமிழகத்திலிருந்து எல்.அப்பு, சம்புநாதன், கேரளாவிலிருந்து குனிக்கல் நாராயணன், ஒரிஸ்ஸாவிலிருந்து ரபிதாஸ், ராதாமோகன்தாஸ் குப்தா, பிஹாரிலிருந்து சத்யநாராயண் சிங், மிஸ்ரா, உபியிலிருந்து சிங்குமார் மிஸ்ரா, எஸ்.என் திவாரி, கர்நாடகாவிலிருந்து பாபு ஆகியோர் கலந்து கொண்டு மேற்கு வங்கப் புரட்சியாளர்களுடன் இணைந்தனர். இந்த அமைப்பானது அடுத்த ஆண்டு அதாவது 1968 மே மாதம் 14 ஆம் தேதி தன் பெயரை AICCCR என்று மாற்றிக் கொண்டது. இந்த ஓராண்டில் ஆந்திரா, பஞ்சாப் மாநிலங்களிலிருந்து வந்த புரட்சியாளர்கள் நக்சல்பாரிகளுடன் இணைந்தனர். மேற்கு வங்கத்தின் பரிமல்தாஸ் குப்தா குழு 1968 ஆகஸ்ட் மாதத்தில் இந்தப் புதிய அமைப்பிலிருந்து வெளியேறியது.

ஆந்திரா, ஜம்மு காஷ்மீர் ஆகிய மாநிலங்களில் மாநிலக் கமிட்டியிலேயே பெரும்பான்மையினர் நக்சல்புரட்சியாளர்களை ஆதரித்தனர். தமிழ்நாட்டில் கட்சி அணிகளிடையே நக்சல்பாரிகளுக்கு இருந்த செல்வாக்கின் காரணமாக மார்க்சிஸ்ட் கட்சி தனது தலைமையிடத்தைச் சென்னையிலிருந்து மதுரைக்கு மாற்றவேண்டிய நிலைமை ஏற்பட்டது. மே மாதம் விசாகப்பட்டனத்தில் நடந்த சிபிஐ எம் எல் கட்சிக் கூட்டத்தில் வர்க்க எதிரிகளை அழித்தொழிப்பது பற்றிய சாருவின் கருத்து ஏற்றுக்கொள்ளப்பட்டது. இதையொட்டி லிபரேஷன் இதழில் வந்த கட்டுரை கெரில்லாக் குழுக்களை எப்படிக் கட்டுவது, ஆயுதப் போராட்டத்தை எப்படி தொடங்குவது, மரபு ரீதியிலான ஆயுதங்களை எப்படி பயன்படுத்துவது, தாக்குதல்களுக்குப் பிறகு மக்கள் கூட்டங்களை நடத்துவது ஆகியவற்றுக்கான வழிமுறைகளை விரிவாக விளக்கியிருந்தது.

சாரு மஜும்தார் அனைத்து மாணவர்களையும் பள்ளி கல்லூரிகளில் இருந்து வெளியேறி கிராமங்களுக்குச் சென்று ஏழை விவசாயிகளுடன் ஐக்கியப்படும்படியும் செங்காவலர் குழுக்களைக் கட்டும்படியும் அறைகூவல் விடுத்தார். இதை ஏற்றுக் கொண்டு எண்ணற்ற மாணவர்களும் இளைஞர்களும் கிராமங்களுக்குச் சென்றனர். இவர்களில் பிஹார் எல்லையில் உள்ள கிராமங்களுக்கு அரசியல் பணி செய்யச் சென்ற ஒரு குழுவில் பிரிட்டனிலிருந்து நக்சல்பாரி இயக்கத்தில் சேர்வதற்காக

வந்திருந்த ஒரு வங்கப் பொறியாளரும் அவரது மனைவியான மேரி டெய்லர் என்ற இளம் பிரிட்டிஷ் பெண்ணும் இருந்தனர். இக்குழு விரைவில் கைது செய்யப்பட்டது. மேரி டெய்லர் ஐந்து ஆண்டுகள் பிஹாரில் சிறையிலடைக்கப்பட்டிருந்தார். விடுதலையானபின் அவர் எழுதிய மை இயர்ஸ் இன் ஏன் இண்டியன் பிரிசன் என்ற நூல் இந்தியச் சிறைகளில் இருந்த அரசியல் கைதிகள், ஏழை மக்கள் ஆகியோரின் படுமோசமான நிலைமையை உலகறியச் செய்தது.

சிபிஐ எம் கட்சியிலிருந்து வெளியேறியவர்கள் 1969 ஆம் ஆண்டு ஏப்ரல் 22 லெனின் பிறந்த நாள் அன்று தங்களை சி பி ஐ (எம் எல்) என்ற கட்சியாக அமைத்துக் கொண்டனர்.

"1969 ஆம் ஆண்டு ஆகஸ்ட் மாதம் நான் இந்தியாவிலேயே முதல் முதலாக உருவாக்கப்பட்ட கல்லூரியான புகழ்வாய்ந்த கல்கத்தா பிரசிடென்சி கல்லூரியில் நுழைந்த போது தேசியக்கொடி ஏற்றுவதற்காக நிறுத்தப்பட்டிருந்த உயர்ந்த கம்பத்தில் பளிச்சிடும் ரத்தச்சிவப்பு செங்கொடி பறந்து கொண்டிருந்தது. இந்தியாவில் புரட்சி தொடங்கிவிட்டது என்று அறைகூவியழைக்கும் சுவரொட்டிகள் எல்லாச் சுவர்களிலும் ஒட்டப்பட்டிருந்தன. மாவோவின் படங்கள் எல்லா இடங்களிலும் நிறைந்திருந்தன. "சீனாவின் தலைவர் எங்கள் தலைவர், கட்டுப்பாடு என்பது அநீதியைக் காப்பதற்காக என்றால் அதைக் குலைப்பதே நீதிக்கான போராட்டத்தின் துவக்கம்" போன்ற முழக்கங்கள் வகுப்பறைக்கு உள்ளும் புறமும் சுவர்களில் நிறைந்திருந்தன.

பிரசிடென்சி கல்லூரியின் ஒவ்வொரு சதுரடி நிலமும் ஒவ்வொரு வரலாறு ஆகும். சுபாஷ் சந்திர போஸ் இங்கே படித்துக் கொண்டிருந்தபோது ஒரு வெள்ளை நிறவெறி அதிகாரியுடன் வாக்குவாதம் செய்த மாடிப்படிகளின் அருகே சென்றேன். ஒரு மாணவர் குழு புரட்சிகர முழக்கங்களுடன் படிகளின் மேலே தோன்றியது. அவர்கள் "அமார் நாம் துமார் நாம் வியட்னாம்" (என் பெயரும் உன் பெயரும் வியட்நாம்) என்ற முழக்கங்களுடன் என்னைக் கடந்து சென்றனர். இதுதான் நக்சலைட்டுகளுடனான எனது முதல் சந்திப்பு". *(When Cacutta was gripped by Naxalite violence and police brutality- Jawhar Sircar)*

கல்கத்தாவின் புறநகர்ப் பகுதிகளில் இருந்த பல கல்லூரிகளில் கீழ் நடுத்தர வர்க்க மாணவர்கள் படித்து வந்தனர். இங்கே வர்க்கப் போராட்டம் இன்னும் தீவிரமான வடிவம் எடுத்தது. காங்கிரஸ் அடியாட்களுடன் உக்கிரமான மோதல்கள் ஒவ்வொரு நாளும் நடந்து வந்தன.

பிரசிடென்ஸி கல்லூரி மாணவர்கள் மிட்னாபூர் மாவட்டதில் உள்ள டெப்ரா கோபிபல்லபபூர் பகுதியில் இருந்த பல கிராமங்களுடன் தொடர்பு ஏற்படுத்திக் கொண்டனர். இவர்கள் அந்தப் பகுதி மக்களிடம் நக்சல்பாரியின் அறைகூவலைக் கொண்டு சென்றனர்.

இயற்பியல் இறுதியாண்டு மாணவர் மிட்னாபூரில் விவசாயிகள் போராட்டத்தை நடத்தி வருகிறார். ஆங்கில இலக்கிய மாணவர் சந்தால் பர்கானாவில் விவசாயிகளுடன் இணைந்து அரசு மற்றும் நிலப்பிரபுக்களின் படைகளுடன் போரிட்டு வருகிறார் என்பன போன்ற செய்திகள் வழக்கமானவையாகிவிட்டன. புரட்சிகர நடவடிக்கைகளுக்காகத் தேடப்பட்ட மாணவர்கள் சில நேரங்களில் கல்லூரியின் கைவிடப்பட்ட ஹாஸ்டல் கட்டங்களில் பதுங்கியிருப்பதாக வதந்திகள் உலாவும்" என்கிறார் அக்காலத்தில் பிரசிடென்ஸி கல்லூரியில் படித்த கோஷ்.

இலக்கியங்களிலும் சினிமாக்களிலும் புகழ்பெற்ற கல்கத்தா இயக்கம் இப்படித்தான் தொடங்கியது.

பிரசிடென்ஸி கல்லூரியிலிருந்து மட்டும் இருநூற்றுக்கும் மேற்பட்ட மாணவர்கள் கிராமங்களுக்குச் செல்லுங்கள் என்ற சாரு மஜூம்தாரின் அழைப்பை ஏற்று கல்லூரியிலிருந்து வெளியேறினர்.

1969 ஆண்டு நடந்த தேர்தலில் திரும்பவும் ஆட்சிக்கு வந்த இடது கூட்டணி அரசு நல்லெண்ண நடவடிக்கையாக கைது செய்யப்பட்டிருந்த நக்சல் தலைவர்களை விடுதலை செய்தது. ஏறக்குறைய அதே நேரம் போராட்டத்தில் கலந்து கொள்வதற்காக கிராமங்களுக்குச் சென்றிருந்த மாணவர்கள் அக்கிராமங்களில் எழுச்சி ஒடுக்கப்பட்டதால் கல்கத்தாவுக்குத் திரும்பி வந்தனர். ஆயுதப் போராட்டத்தில் சில அனுபவங்கள் பெற்றிருந்த இந்த இளைஞர்கள் கல்காத்தாவில் பேரணிகளும்

33 இரா. முருகவேள்

ஊர்வலங்களும் நடத்தத் தொடங்கினர். ஈச்வர சந்திர வித்யா சாகர், தாகூர், விவேகானந்தர் போன்றவர்களின் சிலைகள் வர்க்க விரோதிகளின் சிலைகள் என்று சேதப்படுத்தப்பட்டன. சீன எதிர்ப்பு போலி தேசபக்தி சினிமாக்கள் திரையிடப்பட்ட திரையரங்குகள் தாக்கப்பட்டன.

காங்கிரஸ் கட்சியால் உருவாக்கப்பட்டு ஆயுதபாணியாக்கப்பட்ட அடியாட்படைகள், விடுவிக்கப்பட்ட நக்சல் தலைவர்கள் மேலும், மாணவர்கள் மேலும் துப்பாக்கிச் சூடுகளும், குண்டு வீச்சுகளும் நடத்தத் தொடங்கின. புரட்சியாளர்களின் வீடுகளைச் சுற்றி வளைத்து குடும்பத்துடன் தீ வைத்துக் கொளுத்துவது, புரட்சிக்காரர்களைத் தெருவில் கட்டி வைத்து கொடூரமாக அடித்தும் வெட்டியும் கொல்வது என்று மிக மூர்க்கமான கொலைவெறித் தாண்டவத்தை காங்கிரஸ் நடத்தியது. புரட்சிக்காரர்கள் பதிலுக்குப் போலீசாரைத் தாக்கி ஆயுதங்களைக் கைப்பற்றத் தொடங்கினர். நக்சலைட்டுகள் நாட்டுத் துப்பாக்கிகள், சுருள் கத்திகள் ஆகியவற்றைக் கொண்டு வாய்ப்புக் கிடைத்த இடங்களிலெல்லாம் போலீசாரைத் திருப்பித் தாக்கினர்.

நக்சல்பாரி இயக்கமான சிபிஐ எம் எல் கட்சியின் கொள்கைப்படி நகர்ப்புறங்கள் எதிரியின் உள்ளங்கை போன்றவை. ஆயுதப் போராட்டம் நடத்த ஏற்றவை அல்ல. அரசு பலவீனமாக இருக்கும் கிராமப்புறங்களும், காடுகளுமே கெரில்லாப் போருக்கு ஏற்றவை, அங்கிருந்தே நகரங்களைச் சுற்றி வளைக்க வேண்டும் என்ற மாவோவின் கோட்பாட்டைக் கட்சி ஏற்றுக் கொண்டிருந்தது என்ற போதிலும் கல்கத்தா நிகழ்வுகள் யார் கட்டுப்பாட்டிலும் இல்லாமல் தன்னிச்சையாகத் தொடர்ந்து அழிவை நோக்கி உருண்டு கொண்டே இருந்தன. கல்கத்தாவில் ஆயுதப் போராட்டம் என்பது எந்த நோக்கத்தையும் எட்டக் கூடியதாக இல்லை. கிராமப்புறங்களில் ஆயுதப் போராட்டம் விவசாயிகளுக்கு நிலம், கொத்தடிமைகளுக்கு விடுதலை, ஆயுதப் போராட்டத்துக்கான தளப்பிரதேசத்தை உருவாக்குவது ஆகியவற்றை அடித்தளமாகக் கொண்டிருந்தது. இப்படிப்பட்ட நோக்கங்கள் எதுவும் செயல்படுத்தப்பட வாய்ப்பு இல்லாத பெரு நகரில் ஆயுதப் போராட்டம் தேவையே இல்லாத நிலையிலும் சாரு மஜூம்தாரும், நக்சல்பாரி கவிஞரும் தலைவருமான சரோஜ் தத்தாவும் கல்கத்தா இயக்கத்தைத் தடுத்து நிறுத்துவதற்கு

பதிலாக இது புரட்சிக்கு உத்வேகம் அளிக்கும் என்று நம்பினர். கல்கத்தாவில் கலகங்களில் ஈடுபட்ட மாணவர்களையும் இளைஞர்களையும் ஊக்குவிக்கவும் செய்தனர். அவர்கள் தடுக்க முயன்றிருந்தாலும் மாணவர்களும் இளைஞர்களும் கேட்டிருப்பார்களா என்பது சந்தேகமே.

பிரசிடென்சி கல்லூரியின் வடக்குபுறமாகச் சென்ற பாபானி தத்தா சாலை முக்தா ஆஞ்சல் அதாவது விடுவிக்கப்பட்ட பிரதேசம் என்றழைக்கப்பட்டது. சாலையை நோக்கியிருந்த கல்லூரி வகுப்பறை ஜன்னல்களிலிருந்து தெருவில் வரும் போலீஸ் வாகனங்கள் மீது மாணவர்கள் துப்பாக்கிச் சூடுகளும், கையெறி குண்டு வீச்சுகளும் நடத்தினர்.

போலீஸ் கல்லூரிக்குள் நுழைவது தடை செய்யப்பட்டிருந்ததால் போலீசார் தெருவில் நின்று வகுப்பறைகளுக்குள் கண்ணீர்ப்புகைக் குண்டுகளை வீசினர்.

1970 ஆம் ஆண்டு டிசம்பரில் ஜாதவ்பூர் பல்கலைக்கழகத் துணை வேந்தர் மாணவர்களால் கொல்லப்பட்டார். அரசு நிதானித்துக் கொண்டு, தனது ஆயுதப் படைகளையும், அடியாட் படைகளையும் திரட்டித் திட்டமிட்டு, ஒவ்வொரு பகுதியாகத் தனிமைப்படுத்தி கோரமான தாக்குதல்களை நடத்தத் தொடங்கியது. நக்சலைட்டுகள் இருக்கும் பகுதிகள், நக்சல்களின் வீடுகள், அவர்களின் ஆதரவாளர்களின் வீடுகள் திட்டமிட்ட முறையில் போலீசாராலும் அடியாட் கும்பல்களாலும் தாக்கப்பட்டன. இரவு முழுக்கச் சாலைகளில் குண்டுகள் வெடித்துக் கொண்டே இருந்தன. நகரம் இரவானதும் இருளில் மூழ்கியது. மக்கள் அன்புக்குரியவர்கள் பத்திரமாகத் திரும்பி வர வேண்டுமென்று தவித்துக் கிடந்தனர்.

ஒவ்வொரு விடியலும் எப்படி நக்சலைட்டுகள் என்று சந்தேகிக்கப்பட்ட இளைஞர்கள் போலீசாரால் வீட்டிலிருந்து இழுத்து வரப்பட்டுத் தெருக்களில் சித்திரவதை செய்யப்பட்டுக் கொல்லப்பட்டனர் என்ற செய்திகளைத் தாங்கி வந்தது.

1971 ஆம் ஆண்டு கிழக்குப் பாகிஸ்தானில் (கிழக்கு வங்காளத்தில்) சுதந்திரம் கோரிப் போராடிய வங்க மக்களுக்கு எதிராக மேற்குப் பாகிஸ்தான் ராணுவம் மாபெரும் படுகொலைகளை நடத்தத்

தொடங்கியது. லட்சக்கணக்கானவர்கள் அங்கிருந்து அகதிகளாக மேற்கு வங்கம் வரத்தொடங்கினர். பாகிஸ்தானிடமிருந்து விடுதலை பெறவேண்டும் என்று போராடி வந்த கிழக்கு வங்காள அமைப்பான (கிழக்கு பாகிஸ்தான்) முக்தி பாஹினிக்கு உதவ இந்திய அரசு முடிவுசெய்தது. இந்திய ராணுவமும் உளவுப் பிரிவுகளும் மேற்கு வங்கத்திற்குப் பின்வாங்கியிருந்த முக்தி பாஹினி அமைப்பினருக்கு பயிற்சியும் ஆயுதங்களும் வழங்கின.

மேற்கு பாகிஸ்தான் ராணுவத்தை முக்தி பாஹினி கெரில்லாக்கள் பலவீனப்படுத்தி முடக்கியதும், கிழக்கு வங்காளத்தின் மேல் படையெடுக்கத் தயாராக இந்திய ராணுவம் பெரும் எண்ணிக்கையில் மேற்கு வங்காளத்தில் குவிக்கப்பட்டது. அவற்றில் கணிசமான பகுதியை நக்சலைட்டுள் மீதான தாக்குதல்களில் சித்தார்த்த சங்கர் ரே பயன்படுத்தினார் என்ற வதந்திகள் உலாவின. இதைப் பின்பு இந்திய ராணுவத்தின் கிழக்கு மண்டல தளபதி ஜேக்கப் ஒப்புக்கொண்டார். இது ஆபரேஷன் ஸ்டேபிள் சேஸ் என்று பெயரிடப்பட்ட ரகசிய ராணுவ நடவடிக்கையாகும்.

கல்கத்தாவில் நக்சலைட்டுகளின் கடைசிச் செந்தளங்களான பரநகர் சண்டிடலா ஆகிய பகுதிகள் அதிரடிப்படையினர், ஆயுதப்போலீசார், காங்கிரஸ் குண்டர் படையினர் ஆகியோரால் முற்றுகையிடப்பட்டுத் தாக்கப்பட்டன. பிடிபட்ட நக்சலைட்டுகள், அவர்களது ஆதரவாளர்கள், அல்லது வெறுமனே சந்தேகிக்கப் பட்டவர்கள் அவர்கள் வீட்டுக்கு முன்னாலிருந்த விளக்குக் கம்பங்களில் கட்டி வைக்கப்பட்டுச் சுட்டுக் கொல்லப்பட்டனர். பலர் போலீசால் எங்கோ கொண்டுசெல்லப்பட்டுக் காணாமல் போயினர். இப்படிக் கூட்டம் கூட்டமாக நக்சலைட்டுகள் அரச படைகளால் கொல்லப்பட்டனர்.

காங்கிரஸ், போலீஸ், சிலபோது சிபிஐ எம் தொண்டர்கள் இணைந்து நடத்திய படுகொலைகளில் முக்கியமானது கோசிபூர் பராநகர் படுகொலையாகும். ஆயுதமேந்திய குண்டர்கள் வீடுவீடாகச் சென்று பெண்களைப் பாலியல் வன்முறை செய்தனர். வீடுகளை எரித்தனர். இளைஞர்களை அடித்தும், கட்டிவைத்து எரித்தும் கொன்றனர். பஞ்சு டே என்ற நக்சல் தலைவரின் கால்கள் வெட்டப்பட்டுக் கல்லால் அடித்துக் கொல்லப்பட்டார். கருணா ஷங்கர் என்ற பெண் தோழரின் மார்பில் *CPIML* என்று கொலைகாரர்கள் கத்தியால் எழுதினர்.

மிருணால் சென்னின் கல்கத்தா 71, பதாதிக், சத்யஜித் ரேவின் பிரதித்வந்தி, ஜன அரண்யா, கோவிந்த் நிகலானியின் ஹசார் சௌராசியா கா மா, கௌதம் கோஷின் கால்பேலா ஆகிய படங்களில் இந்நிகழ்வுகள் தத்ரூபமாகக் காட்சிப்படுத்தப் பட்டிருக்கும். *(Calcutta gripped with naxal violence Jawahar sircar the wire).*

இந்தப் படுகொலைகளில் சம்பந்தப்பட்ட பல காங்கிரஸ்காரர்கள் பின்பு பெரிய தலைவர்களாகினர்.

"நக்சல்பாரி எழுச்சியைப் பற்றிக் கேள்விப்பட்டதும் நானும் என் மனைவியும் லண்டனில் இருந்து காரிலேயே கல்கத்தா வந்து சேர்ந்தோம்." என்கிறார் அஸ்ஸாமில் நக்சல்பாரி இயக்கத்தைக் கட்டியெழுப்பியவரான பாஸ்கர் நந்தி. "மாவோவை நான் படிக்கப் படிக்க மாவோயிசம் மட்டுமே விடுதலையைத் தரும் என்ற எண்ணம் எனக்குள் உறுதிப்பட்டது". இந்தியா திரும்பியதும் பாஸ்கர் நந்தி ஜல்பைகுரி சென்று விவசாயிகள் இயக்கத்தில் இணைந்து கொண்டார்.

இவரது அர்ப்பணிப்பைக் கண்ட சாரு மஜும்தார் நக்சல் இயக்கத்தை விரிவுபடுத்த அஸ்ஸாமுக்கு அனுப்பினார். மிக விரைவில் இருபதாயிரத்துக்கும் மேற்பட்ட விவசாயிகளை உறுப்பினர்களாகக் கொண்ட அமைப்பை பாஸ்கர் நந்தி ஏற்படுத்தினார். இந்த அமைப்பு நிலப்பிரபுக்களின் அறுவடையைக் கைப்பற்றியது. 5000 ஏக்கர் நிலத்தைக் கைப்பற்றி விவசாயிகளுக்கு வழங்கியது. ஆனால் இதெல்லாம் பொருளாதாரப் போராட்டங்கள். அரசியல் அதிகாரத்தைக் கைப்பற்றவேண்டும். அதற்கு அதிகாரத்தில் உள்ளவர்களை நீக்க வேண்டும் என்றார் சாரு மஜும்தார்.

எனவே அஸ்ஸாம் நக்ஸல்பாரி இயக்கம் தனிநபர் அழித்தொழிப்பில் இறங்கியது. விவசாயிகள் இயக்கம் ஆழமாக வேரூன்றும் முன்பே ஆயுதப் போராட்டத்தில் இறங்கி அடக்குமுறையைச் சந்திக்கவேண்டி நேர்ந்ததால் வெகுவிரைவில் வீழ்ச்சியைச் சந்தித்தது. பாஸ்கர் நந்தி உள்ளூர் விவசாயிகளாலேயே காட்டிக் கொடுக்கப்பட்டு கைது செய்யப்பட்டார்.

ஸ்ரீகாகுளம், கல்கத்தா, கோபிபல்லப்பூர் ஆகிய இயக்கங்களின் பின்னடைவுக்குப் பிறகு மார்க்சிஸ்ட் லெனினிஸ்ட் கட்சியின் மையக் குழு உறுப்பினரான சுரின் போஸ் சீனா சென்று சூ என் லாயைச் சந்தித்தார்.

சீனக் கம்யூனிஸ்ட் கட்சி சில பரிந்துரைகளை முன்வைத்தது.

1) மாவோவின் சீனக் கம்யூனிஸ்ட் கட்சி பற்றிய எழுத்துகளை இந்திய நிலைமைகளுக்குப் பொருத்துவது ஏற்புடையதல்ல.

2) சீனாவின் தலைவர் எங்கள் தலைவர் என்று நீங்கள் கூறுவது தவறாகும். நாம் இருவரும் சகோதரக்கட்சிகள். ஒரே கட்சியல்ல.

3) விவசாயிகள் அரசியல் அதிகாரத்துக்கு மட்டுமே போராட வேண்டும், நிலம் என்பது பொருளாதாரப் பிரச்சினை என்ற உங்கள் பார்வை சரியல்ல. இரண்டும் ஒன்றுடன் ஒன்று இணைந்ததாகும்

4) நீங்கள் குறிப்பிடும் தனிநபர் அழித்தொழிப்பு என்பது கெரில்லா யுத்தம் அல்ல.

5) வர்க்க எதிரியின் ரத்தத்தில் கை நனைக்காதவர்கள் கம்யூனிஸ்ட்கள் அல்லர் என்பது போன்ற உணர்ச்சிகரமான முழக்கங்கள் சரியல்ல.

இந்த விமர்சனங்கள், மற்றும் தங்கள் சொந்த அனுபவங்கள் ஆகியவற்றின் அடிப்படையில் சிறையிலிருந்த நக்சல் தோழர்களும் சாருவின் மீது விமர்சனங்களை வைத்தனர். சத்யநாராயண சிங் தலைமையிலான குழு சாருவைக் கட்சியிலிருந்து நீக்கியதாக அறிவித்தது.

சாருமஜும்தார் 1972 ஆம் ஆண்டு ஜூலை மாதம் 16 ஆம் தேதி கைது செய்யப்பட்டு 28 ஆம் நாள் கொல்லப்பட்டார்.

ஏற்கெனவே உள்முரண்பாடுகளில் சிக்கிக் கொண்டிருந்த கட்சி சாருவின் மரணத்துக்குப் பின்பு மூன்று அரசியல் பார்வைகளின் அடிப்படையில் பல துண்டுகளாக உடைந்தது.

1. சாருவின் பாதையை மாற்றங்களின்றி அப்படியே பின்பற்றுதல்,

2. ஆயுதப் போராட்டத்தைத் தொடரும் அதே நேரத்தில் பலவேறு தொழிற்சங்கங்கள், மக்கள் திரள் அமைப்புகள் உருவாக்குதல்.

3. ஆயுதப் போராட்டத்தை நிறுத்தி வைத்து இளைஞர், மாணவர், விவசாயிகள், தொழிலாளர்கள் அமைப்புகளை உருவாக்குதல்

ஆகிய மூன்று விதமான பாதைகளை உடைந்த பிரிவுகள் பின்பற்றி வந்தன.

ஆனால் இந்தப் பிளவுகள் ஆழமாக நிலை பெறுவதற்கு முன் சிபிஐ எம் எல் கட்சியின் அனைத்து முன்னணித் தலைவர்களும் கைது செய்யப்பட்டுவிட்டனர். அல்லது கொல்லப்பட்டு விட்டனர். தமிழகத்தில் சில அழித்தொழிப்புகள் நடந்தாலும் எந்தப் பகுதியிலும் நக்சல்பாரியைப் போன்ற மக்கள் எழுச்சி ஏற்படவில்லை. தமிழகக் கட்சித் தலைவர் எல். அப்பு போலீசாராரால் கைது செய்யப்பட்டு கொல்லப்பட்டார். பின்பு தலைமைப் பதவிக்கு வந்த ஏ எம் கோதண்டராமனும் விரைவில் கைது செய்யப்பட்டுவிட்டார். புலவர் கலிய பெருமாளும் கைது செய்யப்பட்டுவிட்டார். இதே நிலைதான் மற்ற மாநிலங்களிலும் இருந்தது. எனவே உடைந்த பிரிவுகள் தனித்தனி கட்சிகளாக மாறாமல் தொடர்ந்து ஐக்கியத்துக்கு முயன்று வந்தன.

கட்சி முழுவதும் பல துண்டுகளாக உடைந்து சிதறிக் கொண்டிருந்த நேரத்தில் தோன்றியது போஜ்பூர் எழுச்சி.

சுப்ரதா தத்தா

சுப்ரதா தத்தா 1946 ஆம் ஆண்டு கல்கத்தாவில் ஒரு நடுத்தர வர்க்கக் குடும்பத்தில் பிறந்தார். அவரது தகப்பனார் வங்காளத்தில் மாணவர் இயக்கத்தை உருவாக்கியவர். ஹிந்துஸ்தான் டைம்ஸ் இதழில் நிருபராகப் பணிபுரிந்து வந்தார். பின் பணிநிமித்தமாக டெல்லிக்குக் குடி பெயர்ந்தார். சுப்ரதாவின் மாணவப் பருவம் டெல்லியில் கழிந்தது. கல்லூரிப் படிப்புக்காகக் கல்கத்தா திரும்பியவர் இந்தியக் கம்யூனிஸ்ட் கட்சியில் இணைந்து கொண்டார்.

கட்சி முதல்முறை உடைந்ததும் மார்க்ஸிஸ்ட் கட்சியில் இணைந்தார்.

திரைப்படத் துறையில் ஆழ்ந்த ஆர்வம் கொண்டிருந்த அவர் தெற்கு கல்கத்தா சினி கிளப் என்ற திரைப்பட இயக்கத்தைத் தொடங்கினார். நக்சல்பாரி எழுச்சி தொடங்கியதும், சிபிஐஎம்

தலைமைக்கு எதிராகக் கலகம் புரிந்து வெளியேறியவர்களில் சுப்ரதாவும் ஒருவர்.

அவருக்கு வங்காள பிஹார் எல்லையில் உள்ள சோடாநாகபுரி பீடபூமியில் நிலமற்ற விவசாயிகளை அமைப்பாக்கும் பணி கொடுக்கப்பட்டது. விரைவில் சுப்ரதா பிஹார் மாநிலக் குழுவின் உறுப்பினரானார்.

சாருவின் மரணத்துக்குப் பிறகு கட்சியில் தீவிர செயல் பாடுகளுக்கான இடதுதீவிரவாதமும், ஆயுதப் போராட்டத்தை நிறுத்தி வைப்பதற்கான வலது சந்தர்ப்பவாதமும் தோன்றின. சுப்ரதா இரண்டுக்கும் எதிராகத் தொடர்ந்து போராடினார். இந்த இருகுழுவினரையும் கட்சியிலிருந்து வெளியேற்றுவதில் முக்கிய பங்கு வகித்தார். ஒரு சுவாரஸ்யமான விஷயம் என்னவெனில் அவரால் வெளியேற்றப்பட்டவர்களில் அவரது தகப்பனாரும் ஒருவர். பின்பு சுப்ரதா தத்தா சிபிஐ எம் எல் கட்சியின் செயலராகத் தேர்ந்தெடுக்கப்பட்டார். சுப்ரதா தத்தா, ஜோஹர் என்ற தனது புனைப்பெயரிலேயே புகழ் பெற்றிருந்தார்.

இந்தியா முழுவதிலும் கட்சியில் ஏற்பட்டிருந்த பிளவுகளையும் பின்னடைவுகளையும் சரி செய்யும் முயற்சியில் ஈடுபட்டிருந்த அவர் போஜ்பூர் பகுதியில் உருவாகி வந்த பலம் வாய்ந்த புரட்சிகர தளப்பிரதேசத்தை மேலும் விரிவுபடுத்தி வலுப்படுத்தும் பணியில் ஈடுபட்டிருந்தார். சிதறிக் கொண்டிருந்த சிபிஐ எம் எல் கட்சியை மீட்டெடுக்கும் வல்லமை கொண்டவர் அவர் என்று கணித்த அரசு அவரை ஒழித்துக் கட்டுவதற்கான வேலைகளில் தீவிரமாக இறங்கியது.

பிஹாரின் போஜ்பூர் மாவட்டத்தில் பூமிஹார் நிலப்பிரபுக்களே ஆட்சி நடத்திவந்தனர். பத்து வயதிலிருந்து தலித் மக்கள் பூமிஹார் நிலங்களில் கொத்தடிமையாக உழைக்க வேண்டும் என்பது அந்தப் பகுதிகளிலிருந்த மீறமுடியாத விதியாகும். தலித்பெண்கள் திருமணமானதும் முதலிரவை நிலப்பிரபுவின் வீட்டில் கழிக்கவேண்டும் எனப்படும் மோலி பராடா என்ற விதி இந்தப் பகுதி முழுவதும் வழக்கத்திலிருந்தது. இந்த பூமிஹார் நிலப்பிரபுக்கள் அரசு ஆதரவு, பணபலம், படைபலம் கொண்டவர்களாக இருக்க தலித் மக்கள் அரைவயிற்று உணவுடன், தங்கள் உடல்கள் மீதான உரிமை கூட இல்லாமலிருந்தனர்.

அந்தப் பகுதியில் ஜகதீஷ் மஹ்டோ என்ற தலித் செயல்பாட்டாளர் தலைமையில் ஒன்று திரண்ட தலித்துகள் "ஹரிஜன்ஸ்தான்" என்ற தனிபிரதேசம் வேண்டும் என்ற கோரிக்கையை எழுப்பி ஒரு பேரணி நடத்தினர். இவர்கள் சம்யுத்த சோஷலிஸ்ட் கட்சியில் இணைந்து போராடினாலும், தேர்தல்களில் வாக்களிக்கக் கூட நிலப்பிரபுக்கள் விடவில்லை. ஒருமுறை பூமிஹார்கள் வாக்குச் சாவடியைக் கைப்பற்றி அனைத்து வாக்குகளையும் போடுவதைத் தடுக்க முயன்ற ஜகதீஷ் மஹ்டோ கடுமையாகத் தாக்கப்பட்டார்.

அப்போது பேசாத மஹ்டோ பின்பு அடிக்கடி மாயமானார். அந்தப் பகுதி முழுவதும் அடிக்கடி வைக்கோல் போர்கள் மர்மமாகத் தீப்பிடித்தன. நிலப்பிரபுக்களின் பயிர்கள் கொள்ளையடிக்கப் பட்டன. வீடுகள் மர்ம மனிதர்களால் தாக்கப்பட்டன.

இதற்குக் காரணமானவர் ஜகதீஷ் மஹ்டோ என்று சொல்ல வேண்டியதில்லையல்லவா? சம்யுக்த சோஷலிஸ்ட் கட்சியிலிருந்த போது ஏதோ ஒரு கட்டத்தில் ஜோஹர் என்றழைக்கப்பட்ட சுப்ரதோவைச் சந்தித்த ஜகதீஷ் மஹ்டோ நக்சலைட்டாக மாறியிருந்தார். அவருடன் ஒரு கொலை வழக்கில் சிறையிலிருந்து விட்டு விடுதலையாகி வந்திருந்த ராமேஸ்வர் அஹிர் என்பவரும் இணைந்து கொண்டார். இவர்களுடன் மருத்துவரான நிர்மலும் இணைய இவர்களை மையமாகக் கொண்டு ஒரு வலிமை வாய்ந்த நக்சல் அமைப்பு போஜ்பூரில் உருவானது.

1971 ஆம் ஆண்டிலிருந்து 1973 வரை பதினைந்து சக்தி வாய்ந்த பூமிஹார் நிலப்பிரபுக்கள் ஜகதீஷ் மஹ்டோ குழுவால் கொல்லப்பட்டனர். நக்சல் இயக்கம் அருகிலிருந்த நூற்றுக்கும் மேற்பட்ட கிராமங்களுக்குப் பரவியது. மத்திய அரசு வழக்கம் போல துணை ராணுவப்படைகளை அங்கே குவித்தது. நிலமற்ற தலித் மக்களும், நிலப்பிரபுக்களால் நரக வேதனை அனுபவித்து வந்த சிறுநில உடமையாளர்களான பின்தங்கிய வகுப்பினரும் ஒன்றிணைந்து அரசப் படைகளை எதிர்கொண்டனர்.

போஜ்பூர் பகுதி முழுவதும் நிலப்பிரபுக்களின் ஆதிக்கம் முற்றாக ஒடுக்கப்பட்டு மக்கள் நீதிமன்றங்கள் நிறுவப்பட்டன. நிலப்பிரபுக்களின் நிலங்களிலிருந்து அறுவடை கைப்பற்றப்பட்டு மக்களுக்கு விநியோகிக்கப்பட்டது. சாதிப் பாகுபாடுகளைக் கடைப்பிடிப்பது அடியோடு ஒழிக்கப்பட்டது.

பதிலடியாக போலீசும், உள்ளூர் உயர்சாதிப் படைகளும் இணைந்து ஒவ்வொரு தலித் குடியிருப்பாகத் தாக்கித் தீ வைத்து சூறையாடினர். பல தலைவர்கள் கொல்லப்பட்டனர். ஆனால் நக்ஸல் பாரியில் நடந்ததைப் போலல்லாமல் போஜ்பூரில் புதுப்புதுத் தலைவர்கள் உருவாகிக் கொண்டே இருந்தனர். போராட்டம் பலவேறு பகுதிகளுக்கு விரிந்து பரவிக் கொண்டே இருந்தது. ஒவ்வொரு நாளும் தாக்குதல்களும் எதிர்த்தாக்குதல்களும் நடந்து கொண்டே இருந்தன. அருகிலிருந்த ஜெஹானாபாத் மாவட்டத்திலும் நக்சல்பாரி நெருப்பு பற்றிக் கொண்டது.

சாதிய ஒடுக்குமுறைக்கு எதிரான போராட்டமும், பொருளாதார விடுதலைக்கான போராட்டமும் ஒன்றிணைந்து போஜ்பூரில் ஒரு புதிய வடிவம் எடுத்தது.

1975 ஆம் ஆண்டு இந்திரா காந்தி நாடு முழுவதும் அவசர நிலையைப் பிரகடனம் செய்தார். இப்போது அரசு ஒழிவு மறைவின்றி இன்னும் அதிகப் படைகளுடன் பிஹார் கிராமங்கள் மேல் தீவிரத் தாக்குதல் நடத்தத் தொடங்கியது.

29.11.1975 அன்று போஜ்பூரைச் சேர்ந்த ஒரு கிராமத்தில் ஜோஹரும், ஜகதீஷ் மஹ்டோவும், டாக்டர் நிர்மலும் சுற்றி வளைக்கப்பட்டனர். பலமணி நேரம் நடந்த போரில் போஜ்பூரில் கிளர்ச்சியை நடத்தி வந்த அத்தனை தலைவர்களும் கொல்லப்பட்டனர். அப்போது தோழர் ஜோஹருக்கு இருபத்தொன்பது வயதுதான் ஆகியிருந்தது.

போஜ்பூர் எழுச்சியின் முடிவுடன் நக்சல்பாரி எழுச்சியின் முதல் அலை முடிவுக்கு வந்தது.

சிலிகுரி டிவிஷன், தெப்ரா கோபிபல்லப்பூர், மிட்நாபூர், கல்கத்தா, ஸ்ரீகாகுளம், போஜ்பூர், ஜெஹானாபாத் என்று விரிந்து பரந்திருந்த நிலப்பரப்பில் நடந்த போராட்டங்களில் குறைந்தது இருபதாயிரம் நக்சலைட்டுகள் கொல்லப்பட்டனர். முப்பதாயிரம் பேர் கைது செய்யப்பட்டுச் சிறைகளிலும் முகாம்களிலும் அடைக்கப்பட்டிருந்தனர். பல்லாயிரம் பேர் வாழ்நாள் முழுவதற்குமாக ஊனப்பட்டிருந்தனர். பலநூறு தலித் குடியிருப்புகளும் பழங்குடி கிராமங்களும் எரித்துச்

சாம்பலாக்கப்பட்டிருந்தன. கொல்லப்பட்ட பொதுமக்கள் குறித்த கணக்கு வழக்குகளே இல்லை.

அணைக்க அணைக்கப் பரவிக் கொண்டேயிருந்த நக்சல்பாரி நெருப்பு இறுதியாக அணைக்கப்பட்டுவிட்டது என்று பல மாநில அரசுகளும், மத்திய அரசும் நிம்மதிப் பெருமூச்சு விட்டன

. . .

தனது புவியியல் வரைபடத்தில்
அந்தக் பெயரைக்
காணாத என் மகன்
ஏன் அது அங்கே
இல்லையென்று கேட்கிறான்.
பீதி என் நெஞ்சைக் கவ்வுகிறது.
மௌனமாகவிருக்கிறேன்.
அந்த ஆறெழுத்துச் சொல்
ஒரு கிர்ராமத்தின் பெயர் மட்டுமல்ல என்பதை
அறிந்திருக்கிறேன் நான்...
தேசம் முழுமையின்
உருவகம் அது

பானர்ஜி The name of a village

சாம்பலிலிருந்து

தியாகிகளே தியாகிகளே
விடுதலைக்கு உயிர் கொடுத்த உங்கள் அனைவருக்கும்
எங்கள் செவ்வணக்கம்

கல்கத்தா தெருக்களிலும்
ஸ்ரீகாகுள மலைகளிலும்
தருமபுரி வட ஆற்காட்டில் நீங்கள் சிந்திய
ரத்தம் வித்தானது.

எங்களோட பிள்ளைகட்கும்
எங்கள் தம்பி தங்கையருக்கும்
உங்கள் கதைகளைப் போதிப்போம்
உங்கள் வழியினில் நடக்க வைப்போம்.

விவசாயிகள் தொழிலாளர்கள்
அறிவாளிகள் மாணவர்கள்
துப்பாக்கியைத் தூக்குகின்றனர்
வர்க்கப் போராட்டத்தில் நிற்கின்றனர்

ரத்த வெள்ளம் ஓடினாலும்
நாட்டை நாங்கள் விடுவிப்போம்
அனைவரும் விடுதலை அடைகின்ற வரையிலும் ஆயுதத்தை
நாங்கள் ஏந்தி நிற்போம்

போர் ஆயுதத்தை நாங்கள் ஏந்தி நிற்போம்.

வால்டர் தேவாரம் தலைமையில் நடந்த நக்சல் ஒழிப்பு ஆபரேஷன் அஜந்தாவுக்குப் பிறகு தர்மபுரி பகுதிகளில் மிகவும் பிரபலமாக இருந்த மாவோயிஸ்டுக் கட்சியின் பாடல்.

1980ஆம் ஆண்டு ஆகஸ்ட்டு மாதம் 6 ஆம் தேதி

திருப்பத்தூர் போலீசார் காலை 4.30 மணிக்கு ஏலகிரி கிராமத்தில் தேடுதல் வேட்டை நடத்தி, கிராம மக்கள் மூன்று பேரை நக்சலைட்டுகள் என்று குற்றஞ்சாட்டிக் கைது செய்தனர். பின்பு அட்டகாசமான நக்ஸல் அறுவடை, ஒரே இடத்தில் மூன்று பேரைக் கைது செய்து விட்டோம் என்று தலைமைக்குத் தகவல் கொடுத்தனர். கைது செய்யப்பட்டவர்களின் ஆடைகளைக் களைந்து, கைகளை பின்புறம் முறுக்கிக் கட்டினர். அவர்களை ஒரு அம்பாசிடர் காரின் பின் சீட்டில் கால் வைக்குமிடத்தில் படுக்கப்போட்டு, அவர்கள் மீது கால்களை வைத்து மிதித்தபடி மூன்று போலீசார் உட்கார்ந்துகொண்டனர். முன்சீட்டில் இன்ஸ்பெக்டரும், ஒரு கான்ஸ்டபிளும், போலீஸ் டிரைவரும் அமர்ந்து இருந்தனர். போலீஸ்காரர்கள் அத்தனைபேரும் தலைமுதல் கால்வரை ஆயுதம் தாங்கியிருந்தனர். கார் திருப்பத்தூர் நகரை நெருங்கிக் கொண்டிருந்தது. சரியாக ஆறு முப்பது மணிக்கு திருப்பத்தூர் காவல் நிலையம் அருகே அம்பாசிடர் காருக்குள் ஒரு நாட்டு வெடிகுண்டு வெடித்தது. மூன்று போலீசாரும் ஒரு கைதியும் உயிரிழந்தனர்.

போலீஸ் தரப்பு, பிடிபட்ட நக்ஸலைட்டுகளில் ஒருவரான சிவலிங்கம் தனது உள்ளாடையில் ஒரு நாட்டு வெடிகுண்டை ஒளித்து வைத்திருந்தார், அதை எடுத்து முன்சீட்டில் இருந்த போலீஸ்காரர்கள் மீது வீசிவிட்டு தப்பிச் சென்றுவிட்டார் என்று அறிவித்தது. பின்பு இச்சம்பவம் குறித்து ஆய்வு செய்த மக்கள் உரிமைக் கழகம், பியுசிஎல் போன்ற அமைப்புகளின் மனித உரிமை ஆர்வலர்கள் இவ்வாறு நடந்திருக்க வாய்ப்பே இல்லை என்று கூறினர். கைது செய்யப்படுபவர்களை முழுவதும் நிர்வாணமாக்கிச் சோதிப்பது போலீஸ்காரர்களின் வழக்கம். கைதிகள் நிர்வாணப்படுத்தப்பட்டு தரையில் உட்கார்ந்து எழும்படி உத்தரவிடப்படுவார்கள். இவ்வாறு செய்யும்போது ஆசனவாயில் ஏதாவது வெடிப் பொருட்களை செருகி வைத்திருந்தால் அது வெளியே வந்துவிடும். பின்பு கைதிகளின்

கைகளை முறுக்கிப் பின்னால் கட்டிக்கொண்டு செல்வதே காவலர்களின் வழக்கம். இந்த சம்பவத்திலும் அதுவே நடந்தது என்று ஏலகிரி கிராம மக்கள் தெரிவித்தனர்.

வெடிகுண்டை மறைத்து வைத்திருப்பதும், கைகள் கட்டப்பட்டு மிதிக்கப்பட்டுக் கொண்டிருக்கும் நிலையில் அந்தக் குண்டை எடுத்து முன் சீட்டில் வீசுவதும் சாத்தியமே இல்லை என்ற முடிவிற்கே இச்சம்பவத்தை ஆராய்ந்த செய்தியாளர்களும், வழக்குரைஞர்களும், மனித உரிமை செயல்பாட்டாளர்களும் வந்தனர். எல்லாவற்றுக்கும் மேலாக குண்டை வீசியதாகச் சொல்லப்படும் நக்ஸலைட் தலைவர் சிவலிங்கம் ஏலகிரி கிராமத்தில் கைது செய்யப்படவேயில்லை என்று அந்த கிராம மக்கள் திட்டவட்டமாக்த் தெரிவித்தனர்.

நயினார் என்ற நிலப்பிரபுவின் கொலைவழக்கில் தேடப்பட்டுவந்த நக்ஸலைட் பெருமாள், அவருக்கு ஓரிரவு தங்க இடம் கொடுத்த பதின்ம வயது சிறுவன் செல்வம், பக்கத்து வீட்டுக்காரரான ராஜப்பா என்ற பீடித் தொழிலாளி ஆகிய மூவர் மட்டுமே தங்கள் கிராமத்தில் கைது செய்யப்பட்டனர் என்று மக்கள் திட்டவட்டமாகத் தெரிவித்தனர்.

குண்டு வெடிப்பில் ராஜப்பா காரிலும், மற்ற இருவரும் மருத்துவமனையிலும் இறந்து போனதாக அறிவிக்கப்பட்டது. அவர்களின் மரணத்திற்கான காரணம் மர்மமாகவே உள்ளது என்று இந்தியா டுடே குறிப்பிட்டது. *(India today seven alleged naxalites killed in so called encounters in Tamilnadu).*

இந்த மூவரையும் சுட்டுக்கொன்று அவர்களிடமிருந்து நாட்டு வெடிகுண்டுகளைக் கைப்பற்றியதாகக் கணக்குக் காட்ட போலீசாரே நாட்டு வெடுகுண்டுகளைக் கொண்டு சென்றிருக்கவேண்டும் என்றும் அவை தற்செயலாக வெடித்திருக்க வேண்டும் என்றும் இது பற்றி ஆய்வு செய்தவர்கள் கருதினர். போலீஸ் இன்ஸ்பெக்டரின் தொடை சதை பிய்த்து எறியப்பட்டிருப்பதால் அவர் தனது கால் சட்டை பாக்கெட்டில் நாட்டு வெடிகுண்டுகளை வைத்திருந்திருக்க வேண்டும் அல்லது வெடிகுண்டு இருந்த பையை மடியில் வைத்திருந்திருக்க வேண்டும் என்ற சந்தேகம் எழுந்தது.

எம்.ஜி.ஆர். அரசு கொல்லப்பட்ட இன்ஸ்பெக்டரின் உடலின் மீது அவரது மனைவி புரண்டு அழும் காட்சியைப் புகைப்படமாக எடுத்து மாநிலம் முழுவதும் சுவரொட்டியாக ஒட்டியது. இன்ஸ்பெக்டரின் குழந்தையான அஜந்தாவின் பெயரால் நக்ஸல் ஒழிப்பு நடவடிக்கையைத் தொடங்குவதாக அறிவித்தது. டி ஜி பி மோகன்தாஸ் பின்னணியில் இருந்து தாக்குதல் நடவடிக்கைகள், உளவு நடவடிக்கைகள், இவற்றுக்குத் தேவையான ஆயுதங்கள், பணம், ஆட்கள், பயிற்சி போன்றவற்றை ஒருங்கிணைத்தார். வால்டர் தேவாரம் நேரடியாகக் களத்தில் இறங்கி ஒவ்வொரு கிராமமமாகச் சுற்றி வளைத்து தேடுதல் வேட்டைகளை நடத்தினார். இந்த அனுபவங்களை பின்பு வீரப்பன் வேட்டையில் இன்னும் குரூரமான முறையில் பயன்படுத்தினார் அவர்.

அதற்குச் சில காலம் முன்பு ஆந்திர மாநிலத்தில் நடந்த நக்சல் வேட்டைகளில் 380 நக்சலைட்டுகள் கொல்லபட்டதாக ஆந்திர மாநில போலீஸ் அறிவித்திருந்தது. ஆனால் ஒரு போலீஸ்காரர் கூட கொல்லப்படவோ காயம்படவோ இல்லை. அதே பாணியில் ஆபரேஷன் அஜந்தாவை நடத்த எம் ஜி ஆர் தலைமையிலான அதிமுக அரசும் மாநில அதிகார வர்க்கமும் திட்டமிட்டன. தருமபுரி, வட ஆற்காடு, சேலம் மாவட்டங்களில் பெரும் போலீஸ் படையும், சிறப்பு அதிரடிப்படையும் குவிக்கப்பட்டன. பெஞ்சில் உட்கார்ந்து கொண்டிருந்தவர்கள், தெருவில் நடந்துசென்று கொண்டிருந்தவர்கள், வீடுகளில் உறங்கிக் கொண்டிருந்தவர்கள் எல்லாம் போலீசின் மீது குண்டுவீசினார்கள் என்று கூறப்பட்டு பிடித்துச் செல்லப்பட்டுக் கொல்லப்பட்டனர். இவ்வாறு குறைந்தது ஐம்பது பேர் போலி மோதல்களில் படுகொலை செய்யப்பட்டனர்.

தருமபுரி முழுவதும் நன்கறியப்பட்டிருந்த இளம் போராளியான பாலனுக்கு செப்டம்பர் ஆறாம் தேதி சீரியம் பட்டி கிராமத்தில் பொதுக் கூட்டம் நடத்த காவல்துறை முறைப்படி அனுமதி வழங்கியிருந்தது. கட்சி பாலனை அந்த கூட்டத்திற்கு செல்ல வேண்டாம், அவர் தலைமறைவு ஊழியர் அல்ல என்றாலும் நிலைமை ஆபத்தாக மாறிவருகிறது என்று கடுமையாக எச்சரித்தது. இந்த ஒரே ஒரு கூட்டத்திற்கு மட்டும் சென்றுவருகிறேன் என்று கிளம்பிச் சென்ற பாலன் ஆயிரக்கணக்கான மக்கள் முன்னிலையில் மேடையிலேயே போலீசாரால் கொடூரமாகத்

தாக்கப்பட்டுக் கைது செய்யப்பட்டார். ஒருமணி நேரத்தில் இடதுகால் உடைந்து, படுகாயமடைந்த நிலையில் தருமபுரி பொது மருத்துவமனையில் அனுமதிக்கப்பட்டார். பல்லாயிரம் மக்கள் கடுங் கோபத்துடன் மருத்துவமனையை சூழ்ந்து அவர் விடுதலையைக் கோரினர். பாலன் பாதுகாப்பு காரணங்களுக்காக சென்னை கொண்டுசெல்லப்பட்டு அங்கே மருத்துவமனையில் செப்டம்பர் பனிரெண்டாம் தேதி மரணமடைந்தார்.

தொடர்ந்து நடந்து கொண்டிருந்த இந்தப் படுகொலைகளை நிறுத்தவும், உண்மை நிலையை வெளிச்சத்துக்குக் கொண்டுவரவும் மக்கள் உரிமைக் கழகம் என்ற மனித உரிமை அமைப்பின் தலைவரும், புகழ்பெற்ற திருப்பத்தூர் வழக்குரைஞருமான பி வி பக்தவச்சலம் போராடி வந்தார். அவர்மீதும் தேசத் துரோக வழக்குகள் போடப்பட்டன. இந்நிலையில் தர்மபுரி வட ஆற்காடு மாவட்டங்களில் நடந்து வரும் படுகொலைகளை பற்றி விசாரிக்க பி யூ சி எல் அமைப்பு சார்பாக ஒரு உண்மையறியும் குழு திருப்பத்தூர் வந்திருந்தது. அக்குழுவில் சென்னை வழக்குரைஞர் இப்ரஹீம், சூழலியல் செயல்பாட்டாளர் க்ளாட் ஆல்வாரிஸ், பத்திரிக்கையாளர் முகுந்த் சி மேனன் மற்றும் ஜோதி புன்வானி ஆகியோர் இடம்பெற்றிருந்தனர். உண்மையறியும் குழுவினர் திருப்பத்தூரில் ஒரு விடுதியில் தங்கி, திருப்பத்தூர் மருத்துவர்கள், மக்கள் ஆகியோரைப் பேட்டியெடுத்தும், மருத்துவமனை ஆவணங்களைப் பார்வையிட்டும் தங்கள் விசாரணையைத் தொடங்கினர். மக்கள் திரள் திரளாக வந்து தங்களுக்கு இழைக்கப்பட்ட கொடுமைகளை வாக்குமூலமாக அளித்தனர். உணமையறியும் குழுவுக்கு மக்களிடம் கிடைத்து வரும் வரவேற்பைப் பார்த்து போலீசார் அதிர்ச்சியடைந்தது வெளிப்படையாகத் தெரிந்தது. மறுநாள் காலை குழுவுக்கு மோசமாக விடிந்தது.

திடீரென்று லாட்ஜுக்கு வெளியே பெருஞ்கூச்சல். "நக்சலைட்டுகள் ஒழிக. நக்சல் தலைவன் வக்கீல் பக்தவச்சலம் ஒழிக" மாடியை நோக்கி சரமாரியாகக் கற்கள் வந்து விழுந்தன. லாட்ஜின் வாயிலை நிறைத்துக்கொண்டு நூற்றுக்கும் அதிகமானவர்கள் கூச்சலிட்டனர். மாடிப்படிகளிலும் ரிஷப்ஷனிலும் கலவரக் காரர்கள் நிறைந்திருந்தனர். கூட்டத்தைப் பிளந்து கொண்டு சில சீருடை அணிந்த போலீஸார் எங்களை நோக்கி வந்தனர்.

அதற்குள் கூட்டத்தினர் தாக்கியதில் உண்மையறியும் குழுவினர் சிலரின் கண்ணாடிகள் உடைந்தன. சிலருக்கு மூக்கிலும் வாயிலும் ரத்தம் வழியத் தொடங்கியது. கலவரக்காரர்கள் இரண்டு வரிசைகளாகப் பிரிந்து நிற்க போலீஸார் உணமையறியும் குழுவினரை நடுவே கொண்டு சென்றனர். இருபுறமும் இருந்த கலவரக்காரர்கள் உண்மையறியும் குழுவினரை ஓங்கி ஓங்கி முதுகிலும், முகத்திலும் குத்தினர். எதையும் தடுக்காத போலீஸார், குழுவினரை சாக்குப் பைகளைப் போல வேனுக்குள் தூக்கி வீசினர். குழுவினர் பலத்த காயங்களடைந்திருந்தனர்.

சிறுவர்களான நானும் ராஜாராமும் இரண்டாவது மாடிக்கு நழுவ முயன்றோம். அப்போது திடீரென்று முறுக்கு மீசையுடன் ஒரு பெரிய அதிகாரி நிறைய போலீசார் புடைசூழ வந்தார். (தேவாரம்)

"யார் நீங்க, இங்க என்ன பண்றீங்க" என்று மிரட்டும் தோரணையில் கேட்டார்.

நான் வக்கீல் பக்தவச்சலத்தின் மருமகன் என்ற உண்மையை உளறினேன்.

அதிகாரி ஆக்ரோஷமாக பிஸ்டலை எடுத்து என் வாய்க்குள் சொருகினார். 'தேவடியா பசங்களா! நக்சலைட்டா நீங்க? சுட்டுக் கொன்னு ஜவ்வாது மலக் காட்டுல பொணத்தை வீசிட்டு என்கவுண்டர் கணக்குல எழுதிடுவேன்"

கலவரக் கும்பலில் இருந்தவர்களைப் போலவே உயரம் உடற்கட்டும் கொண்டிருந்த நால்வர் எங்களை விசாரித்தனர். எங்களை வயிற்றிலும் முதுகிலும் சரமாரியாகக் குத்தினர். முகத்தில் ரத்தம் கொட்ட கீழே விழுந்தவர்களை நால்வரும் சுற்றி நின்று பூட்ஸ்கால்களால் மிதித்தார்கள். உதைத்தார்கள். கை, கால், முதுகு என உடல் முழுவதும் ரத்தம் வழிந்தது. வாழ்வின் இறுதிக் கட்டத்தில் இருப்பதை உணர்ந்தேன்.

பின்பு எங்களை போலீஸ் ஸ்டேஷனுக்குக் கொண்டு சென்றனர். எங்களை அடித்த கலவரக்காரர்களே போலீஸ்காரர்களாக ஸ்டேஷனில் இருந்தனர்"
(செம்புழுதிப் பாதையில்-வெ. ஜீவகிரிதரன்).

திருப்பத்தூர் வந்திருந்த உண்மையறியும் குழு, கலவரக்காரர்கள் போல வேடமிட்டிருந்த போலீஸ்காரர்களால் கடுமையாகத் தாக்கப்பட்டு வட ஆற்காட்டிலிருந்து வெளியேற்றப்பட்டது. அன்றிரவே வழக்குரைஞர் பக்தவச்சலத்தை உள்ளூர் சமூக விரோதிகளைக் கொண்டு தாக்கிக் கொல்ல அதிகாரிகள் முடிவு செய்திருப்பதாக அவருக்குத் தகவல் வந்தது. பக்தவசலம் தன் மனைவி மக்களை வீட்டுக்குள் பூட்டி அவர்கள் கையில் வெட்டுக் கத்தியைக் கொடுத்து தாக்குபவர்களத் தாக்கும் படியும், போரிட்டு சாகும் படியும் சொல்லி விட்டுத் தான் மட்டும் வெளியே ஆயுதத்துடன் கலவரக்காரர்களை எதிர்நோக்கி நின்று கொண்டிருந்தார் என்கிறார் வெ. ஜீவகிரிதரன். ஆனால் கலவரம் செய்ய போலீஸார் ஏற்பாடு செய்திருந்தவர்கள் வக்கீலைத் தாக்க மறுத்ததால் அந்தத் திட்டம் அப்போதைக்குக் கைவிடப்பட்டது.

பின்பு வழக்குரைஞர் நீதிமன்றத்துக்குக் காரில் செல்லாமல் நடந்து செல்லத் தொடங்கினார். அவர்கள் தன் காரின் மீது லாரியைப் போன்ற வாகனங்களைக் கொண்டு மோதிக் கொன்று விட்டு விபத்து என்று நாடகமாடிவிடாமல் தடுக்க இவ்வாறு செய்தாராம். தன்னை கொல்ல வேண்டுமானால் ஆயுதத்துடன் நேராக வந்து கொல்ல வேண்டும். அது கொலை என்று எல்லோருக்கும் தெரிய வேண்டும் என்பது பக்தவச்சலத்தின் நோக்கமாகவிருந்தது.

பக்தவச்சலம், சென்னை வழக்குரைஞர் இப்பரஹீம், சூழலியல் செயல்பாட்டாளர் க்ளாட் ஆல்வாரிஸ், பத்திரிக்கையாளர் முகுந்த் சி மேனன், ஜோதி புன்வானி போன்ற நாடு அறிந்த அறிவுத் துறையினருக்கு திருப்பத்தூர் நகரின் மையத்தில் இது நடந்தது என்றால் எட்டாக்கையிலுள்ள கிராமங்களில் கல்வியறிவற்ற, வெளியுலகத் தொடர்பு இல்லாத அப்பாவி மக்களுக்கும், அரசு இயந்திரத்தின் பரம விரோதிகளான நக்சலைட்டுகளுக்கும் என்ன நடந்திருக்கும் என்பதைப் புரிந்து கொள்வது எளிது.

இந்தக் கொடூரமான கொலைவெறித் தாண்டவத்தில் பலியானவர்களில் சிபிஐ (எம் எல்) (மக்கள் யுத்தம்) கட்சியின் ஊழியர்களும் அதிலிருந்து பிரிந்து சென்ற கண்ணாமணி குழுவினரும் இருந்தனர். ஆனால் அந்தக் கட்சிகளைச் சேராத இந்திய பொதுவுடமைக் கட்சி (மாநில அமைப்புக் கமிட்டி) என்ற இன்னொரு நக்சல் அமைப்பின் ஆதரவாளரான பி

வி பக்தவச்சலமும் அவரது குடும்பத்தினரும் போலீஸ் அடக்குமுறைகளுக்கு எதிராக தோழர்களைப் பாதுகாக்க நின்றது இந்திய அளவில் புதிய முன்னுதாரணமாகும்.

தமிழ்நாட்டில் நக்சல்பாரி எழுச்சியின் இரண்டாவது அலையின் உச்சகட்டமே தருமபுரி, சேலம், வட ஆற்காடு நிகழ்வுகள். மாலெ இயக்கம் தமிழகத்தில் இந்த இடத்துக்கு வந்து சேர்ந்த வரலாற்றைச் சுருக்கமாகப் பார்க்கலாம்.

எல். அப்பு என்றழைக்கப்பட்ட அற்புதசாமி கோவையில் ஏஐ டியுசி தொழிற்சங்கத்தின் மிக முக்கியமான தலைவராக இருந்தவர். முனிசிபல் தொழிலாளர் சங்கம், ஓட்டல் பணியாளர் சங்கம், மில் தொழிலாளர் சங்கம் உள்ளிட்ட பல்வேறு சங்கங்களின் பொறுப்பாளராகவும் இருந்து வந்தார்.

பின்பு ஒன்றுபட்ட பொதுவுடமைக் கட்சியின் போக்கில் அதிருப்தி அடைந்து, ஏ கே கோபாலனின் ஆலோசனையின் பேரில் தீக்கதிர் இதழைத் தொடங்கினார். அது அப்போது வார இதழாகவே இருந்தது. முதல் முறை கட்சி உடைந்த போது சிபிஎம் சென்ற அப்பு உள்ளிட்ட கோவை தோழர்கள். நக்சல்பாரி எழுச்சிக்குப் பிறகு சிபிஐ எம் எல் அமைப்பில் இணைந்து கொண்டனர்.

இந்தக் காலகட்டத்தில் சி பி ஐ எம் கட்சியுடனான விவாதங்களுக்குப் பிறகு கோவை மாவட்டத்தில் மட்டும் மொத்தமிருந்த 21 மாவட்டக் குழு உறுப்பினர்களில் 14 பேர் சிபிஐ எம் கட்சியிலிருந்து நீக்கப்பட்டனர். அப்பு, சாரு மஜும்தாரைச் செயலாளராகக் கொண்டிருந்த சி பி ஐ மா லெ அமைப்பின் மையக் குழு உறுப்பினரானார்.

அப்பு தமிழ்நாட்டில் சிபிஐ எம் கட்சியிலிருந்து நீக்கப்பட்ட தோழர்களை ஒருங்கிணைத்துத் தமிழ்நாடு ஒருங்கிணைப்புக் குழு என்ற அமைப்பை உருவாக்கினார். இது சி பி ஐ எம் எல் கட்சிக்கான அடித்தளமாக அமைந்தது. கோவையின் இன்னொரு புகழ்பெற்ற, வீரம்மிகுந்த பஞ்சாலைத் தொழிலாளர் சங்கத் தலைவரான கண்ணாமணி, சென்னை வழக்குரைஞரும் முன்னணி தொழிற்சங்க தலைவருமான ஏ எம் கோதண்ட ராமன் ஆகியோர் சிபிஐ எம் கட்சியை விட்டு வெளியேறியவர்களின்

முதன்மையானவர்களாவார்கள். (தோழர் எல் அப்பு குன்றா பெருநெருப்பு-பாவல் இன்பன். கீற்று இணைய தளம்)

வர்க்க விரோதிகளின் ரத்தத்தில் கை நனைக்க வேண்டும் என்ற அன்றைய நக்சல்பாரி அரசியலுக்கு ஏற்ப தனிநபர் அழித்தொழிப்புகளில் கட்சியின் தமிழக பிரிவு ஈடுபடத் தொடங்கியது. தஞ்சையிலும், உடுமலைப் பேட்டையிலும் வெறுக்கத்தக்க நிலப்பிரபுக்கள் சிலர் கொல்லப்பட்டனர்.

இந்நிலையில் 1970 ஆம் ஆண்டு அப்பு ஒரு தனியார் விடுதியில் கைது செய்யப்பட்டதாக தகவல்கள் வெளியாகின. காவல்துறை அதை மறுத்தது. அப்பு ஆந்திரா கொண்டு செல்லப்பட்டு போலி மோதலில் கொல்லப்பட்டதாகவும், அவரது உடல் அப்பாராவ் என்று பெயர் சூட்டப்பட்டு போலீசால் தகனம் செய்யப்பட்டு விட்டதாகவும் மூத்த தோழர்கள் நினைவு கூர்கின்றனர்.

மாலெ அமைப்பின் இன்னொரு முக்கிய தலைவரான கண்ணாக் குட்டி இயக்கத்திலிருந்து விலகிச் சென்று திமுகவில் இணைந்தார். அவரது தன்வரலாறான "போராட்டம் என் வாழ்க்கை" நூலில் தான் ஒருபோதும் நக்சல் அரசியலை ஏற்றுக் கொண்டதில்லை என்றே குறிப்பிடுகிறார். (போராட்டம் என் வாழ்க்கை –கண்ணாக் குட்டி. பொன்னுலகம் பதிப்பகம்)

இருந்த போதிலும் பதினான்குமணி நேர வேலை, அற்ப கூலி, அரைப்பட்டினி என்று இருந்த கோவை பஞ்சாலைத் தொழிலாளர்களின் வாழ்க்கையை தனது வீரம்மிக்க, தன்னலமற்ற போராட்டத்தின் மூலம் மாற்றிய கண்ணாக் குட்டியைத் தங்கள் அன்புக்குரிய தோழராகவே கோவைப் பாட்டாளி வர்க்கம் கொண்டாடி வந்தது. அவரது மரணத்தின் போது அவரது உடல் செங்கொடிகள் போர்த்தப்பட்டே அடக்கம் செய்யப்பட்டது. அவர் மனதளவில் கம்யூனிஸ்டாகவே வாழ்ந்தார் என்பதை உணர்ந்திருந்த உள்ளூர் திமுகவினரும் அதை ஆட்சேபிக்கவில்லை.

அப்புவின் மரணத்துக்குப் பிறகு ஏ எம் கே என்றழைக்கப்பட்ட ஏ எம் கோதண்டராமன் மாலெ இயக்கத்தின் தமிழ்நாடு பிரிவுக்குச் செயலராகத் தேர்ந்தெடுக்கப்பட்டார். அவரும் 1973 ஆம் ஆண்டு கைது செய்யப்பட்டார். சாரு மஜூம்தாரின் மரணத்துக்குப் பின்பு

தோன்றியிருந்த பிளவுகள் கோதண்ட ராமனின் கைதுக்குப் பின்பு தமிழ் நாட்டில் தீவிரமடைந்தன.

இந்தியா முழுவதிலும் நடந்ததைப் போலவே தமிழ்நாட்டிலும் மார்க்சிய லெனினிய கட்சியானது மூன்று துண்டுகளாக உடைந்தது. புரட்சியானது பல கட்டங்களாக நடக்கும், இப்போது ஆயுதப் போராட்டம் நடத்துவதற்கான சூழ்நிலை இல்லை. எனவே பிரச்சாரத்தில் ஈடுபட்டு மக்களை புரட்சிக்குத் தயார் செய்ய வேண்டும் என்று தமிழகத்தின் மேற்குப் பகுதியில் இயங்கிய தோழர்கள் நிலையெடுத்தனர். இவர்கள் மேற்குப் பிராந்திய குழு என்றழைக்கப்பட்டனர். இந்தக் குழுவினர் பின்பு தங்களை இந்திய பொதுவுடமைக் கட்சி (மா லெ) (மாநில அமைப்புக் கமிட்டி) என்ற பெயரில் ஒரு கட்சியாக அமைத்துக் கொண்டனர். இது பிரச்சார கட்டம் என்பதால் மக்களிடம் பிரச்சாரம் செய்ய மக்கள் கலை இலக்கிய கழகம் – ம க இ க என்ற அமைப்பை ஏற்படுத்தினர். புதிய கலாச்சாரம், புதிய ஜனநாயகம் போன்ற இதழ்களைத் தொடங்கி வெற்றிகரமாக நடத்தினர். பின்பு புரட்சிகர மாணவர் இளைஞர் முன்னணி, புதிய ஜனநாயக தொழிலாளர் சங்கம், கீழைக் காற்று பதிப்பகம் போன்ற அமைப்புகளை நிறுவியது இந்தக் கட்சி. மாற்று ஊடகங்கள் என்ற முறையில் இக்கட்சியின் இதழ்களும், பதிப்பகமும், பாடல்களும் மிகப் பரந்த அளவில் மக்களைச் சென்று சேர்ந்தவையாகும். ஸ்டெர்லைட் எதிர்ப்புப் போராட்டத்திலும் மிக முக்கியமான பங்கு வகித்தது இந்தக் கட்சியால் தலைமை தாங்கப்பட்ட மக்கள் அதிகாரம் அமைப்பு.

சமீப காலங்களில் வேகமாக வளர்ந்து வந்த இந்தக் கட்சி அண்மையில் பெரிய பிளவைச் சந்தித்த பின்பு மறு சீரமைப்புப் பணிகளில் ஈடுபட்டு வருகிறது. ஆயுதப் போராட்டப்பாதையைத் தேர்ந்தெடுத்து அந்த வழியில் சென்று கொண்டிருந்தவர்களுக்கும், தேர்தல் பாதையில் இயங்கியவர்களுக்கும் நடுவே தனது தனித்தன்மையைக் காத்துக் கொண்டு ஒரு முக்கியமான வரலாற்றுத் தேவையை நிறைவு செய்தது இந்த அமைப்பு.

இதிலிருந்து பிரிந்து சென்ற ஒரு குழு 1983 இல் தனக்கு இந்தியப் பொதுவுடமைக் கட்சி (மா லெ) (தமிழ்நாடு அமைப்புக் கமிட்டி) என்ற பெயர் சூட்டிக் கொண்டது. இந்த அமைப்பானது தனது இதழான கேடயத்தின் பெயரில் கேடயம் குழு என்ற

அறியப்பட்டிருந்தது. முதலில் ஈழப் போராட்டம் சரியல்ல. தமிழ் பாட்டாளியும் சிங்கள பாட்டாளியும் இணைந்து போராட்ட வேண்டும் என்பது போன்ற நிலைபாடுகள் கொண்டிருந்த இந்தக் கட்சி பின்பு இந்திய புரட்சி சாத்தியமில்லை, தனித் தமிழ்நாடே லட்சியம் என்று முடிவெடுத்து தமிழ்நாடு மார்க்சிஸ்ட் லெனினிஸ்ட் கட்சி என்று பெயர் மாற்றிக் கொண்டது.

சாருவின் பாதையை அப்படியே பின்பற்றிய குழுவானது கிழக்கு பிராந்திய குழு என்றழைக்கப்பட்டது. இந்தக் குழு பின்பு வினோத் மிஸ்ரா தலைமை தாங்கிய லிபரேஷன் அமைப்புடன் இணைந்து தமிழ் நாட்டிலேயே பெரிய மார்க்சிய லெனினிய அமைப்பாக மாறியது. இந்த அமைப்பானது தஞ்சை, நெல்லை தூத்துக்குடி, சென்னை, உளுந்தூர் பேட்டை பகுதியில் தீவிரமாக இயங்கியது. இந்தக் கட்சியினர் கூலி விவசாயிகள் சங்கம், ஒடுக்கப்பட்டோர் விடுதலை இயக்கம் போன்ற மக்கள் திரள் அமைப்புகளை உருவாக்கினர். அதே நேரம் ஆயுதப் போராட்டத்திலும் ஈடுபட்டு அழித்தொழிப்புகளை நடத்தினர். பல்வேறு அழித்தொழிப்புகளில் ஈடுபட்ட லிபரேஷன் அமைப்பின் மச்சக்காளை போன்ற முன்னணி தோழர்கள் போலி மோதல்களில் கொல்லப்பட்டனர். இந்தியாவில் நடந்த மிகப் பெரிய தலித் படுகொலையான கீழ வெண்மணி தலித் படுகொலையை முன்னின்று நடத்திய கோபால கிருஷ்ண நாயுடுவை இந்த அமைப்பின் தோழர்கள் அழித்தொழித்தனர். லிபரெஷன் தற்போது தேர்தலில் பங்கெடுத்து வருகிறது. கட்சி தமிழ்நாட்டில் அண்மையில் பெரிய பிளவைச் சந்தித்தாலும் கட்சியின் தொழிற்சங்கமான ஏ ஐ சி சி டி யூ தொடர்ந்து வளர்ச்சி பெற்று வருகிறது.

தர்மபுரி, சேலம், வட ஆற்காடு தென் ஆற்காடு ஆகிய பகுதிகளில் இயங்கிய நக்சல்பாரித் தோழர்கள் தங்களைக் கூட்டக்குழு என்றழைத்துக் கொண்டனர். இந்தப் பிரிவு ஆந்திராவில் கொண்டப்பள்ளி சீத்தாராமைய்யா வந்தடைந்த முடிவுகளை தனது அனுபவத்தில் கண்டுகொண்டிருந்தது. ஆயுதப் போராட்டத்துடன் மக்கள் பங்குபெறும் போராட்டங்களையும் நடத்த வேண்டும், மக்களின் அன்றாட பிரச்சினைகளுக்கும் போராட வேண்டும், மக்களை அமைப்பாக வேண்டும் என்ற முடிவுகளுடன் இயங்கிய தோழர்கள் மக்கள் கூட்டமாக

இணைந்து செயல்படுவதை முன்னிலைப் படுத்தியதால் கூட்டக் குழு என்றழைக்கப்பட்டனர்.

தமிழரசன், கலிய பெருமாள், பாலன், சீராளன், தமிழ்வாணன், கண்ணாமணி போன்ற பல புகழ்பெற்ற போராளிகளைக் கொண்டிருந்த இந்த அமைப்பில் ஏராளமான இளைஞர்கள் இணைந்திருந்தனர். தனிநபர் அழித்தொழிப்பே ஒரே போராட்ட வடிவம் என்பதை இந்த அமைப்பு நிராகரித்தது. ஆயுதப்படைகள் மக்கள் போராட்டங்களிலிருந்தே உருவாக வேண்டுமென்ற முடிவுக்கும் வந்திருந்தது. அதே நேரம் கட்சி தலைமறைவாக இருக்கவேண்டும், தேர்தல்களைப் புறக்கணிக்க வேண்டும் என்றும் முடிவெடுத்திருந்தது. தமிழரசன் இக்குழுவின் செயலராகவிருந்தார்.

பெரும் நிலப்பிரபுக்களின் அறுவடையைக் கைப்பற்றி மக்களுக்குப் பிரித்து அளிக்கும் இயக்கம் இந்த அமைப்பால் பல இடங்களில் நடத்தப்பட்டது. பணப்பயிர்களை இரவு நேரங்களில் கொள்ளையிட்டு மக்களுக்குப் பகிர்ந்து ஒரு முறை. அல்லது மக்களை திரட்டி இரவு நேரங்களில் அறுவடை செய்வது இன்னொரு முறை. வட ஆர்காட்டில் கண்ணாமணி தலைமையிலான குழு இவ்வகையான அறுவடையைக் கைப்பற்றும் இயக்கங்களை பெரிய அளவில் முன்னின்று நடத்தியது. தென் ஆற்காட்டில் புலவர் கலியபெருமாள் தலைமையில் மக்களை திரட்டிக் கொண்டு பகல் நேரங்களில் நேரடியாகச் சென்று அறுவடையை கைப்பற்றும் இயக்கம் முன்னெடுக்கப்பட்டது.

புலவர் கலிய பெருமாள் தென்னார்க்காட்டில் கரும்பு விவசாயிகளின் உரிமைக்கான போராட்டங்களை முன்னின்று நடத்தினார்.

> கரும்பு தோட்டத்திலே ஏழை மக்கள் களை எடுக்கையிலே
> கருக்கருவா போல சோகை கைகளைக் கிழிக்கும்
> கசியும் வேர்வை காயத்தில் பட்டு கனலாய் எரியும்
> உடம்பு தணலாய் தகிக்கும்

போன்ற அற்புதமான மக்கள் பாடல்கள் இந்தப் போராட்டங்களில் உருவாகி அந்தப் பகுதி முழுவதும் பெரும்புகழ் பெற்றன.

வட தமிழகத்தில் ஏரிகளில் கோடைகாலத்தில் நீர் வற்றும் போது மீன் பிடி திருவிழா நடக்கும். முதல்நாள் பெருந்தனக்காரர்கள் மீன் பிடிப்பார்கள். இரண்டாம் நாள் பாசனக்கட்டு விவசாயிகள் அதாவது இடைநிலைச் சாதிகளைச் சேர்தவர்கள் மீன் பிடிப்பார்கள். மூன்றாம் நாளே தலித்துகள் மீன்பிடிக்க அனுமதிக்கப்படுவார்கள். முதல் இரண்டு நாட்களில் நல்ல மீன்கள் பிடிக்கப்பட்டபின் மிஞ்சும் அசரை எனப்படும் சிறு சிறு பொடி மீன்களே தலித்துகளுக்கும், உடல் ஊனமுற்றவர்களுக்கும் கிடைக்கும். அப்போது ஏரி கலங்கி மோசமான நிலையிலிருக்கும்.

கூட்டக்குழு சமத்துவ மீன் பிடிக்கும் போராட்டங்களை முன்னின்று நடத்தியது. தமிழரசன் இத்தகைய பல போராட்டங்களைத் தலைமை வகித்து நடத்தினார். முதல் நாளே திட்டமிட்ட முறையில் தலித்துகள் உட்பட அனைவரும் மீன் பிடிக்க வழிசெய்தார். அதுவரை ஒதுக்கப்பட்டு வந்த வயதானவர்களும், ஊனமுற்றோரும் சரியான பங்குபெற உதவினார்.

(தமிழ் நாட்டில் மாலெ கட்சி உடைந்த 1973 ஆம் ஆண்டிலிருந்து 1978 ஆம் ஆண்டுவரை கூட்டக் குழுவிலும், லிபரேஷன் அமைப்பிலும் என்ன நடந்தது என்பது பற்றி கால வரிசையில் தெரிந்து கொள்ள எழுத்து பூர்வமான பதிவுகள் கிடைப்பதில்லை. நூல்கள் எதுவும் எழுதப்பட்டது போலவும் தெரியவில்லை. எனவே தோழர்களுடனான உரையாடல்களிலிருந்தே வரலாற்றை ஓரளவு புரிந்து கொள்ள முடிகிறது. படிக்கும் நண்பர்கள் இது முழுமையான வரலாறு அல்ல என்பதை மனதில் கொண்டே படிப்பார்கள் என்று நம்புகிறேன் -ஆசிரியர்)

நக்சல்பாரி எழுச்சி தோன்றிய காலகட்டத்தில் தோழர் ஏ எம் கே சிஐடியுவில் வளர்ந்துவந்த இளம் தொழிற்சங்கத் தலைவராக இருந்தார். டன்லப், டி ஐ சைக்கிள், டி வி எஸ் போன்ற தொழிற்சாலைகளில் நிர்வாகங்கள் அடக்குமுறைகளை எதிர்த்துப் போராடும் தொழிலாளர்களை சமூக விரோதிகளைக் கொண்டு தாக்குவது வழக்கமாகவிருந்தது. இந்த வன்முறையாளர்களை தொழிலாளர்களும் திருப்பித் தாக்கினர். ஒவ்வொரு தெருவிலும் நடந்த சண்டைகளுக்குப் பிறகு இந்த அடக்குமுறைகளை தொழிலாளர்கள் வெற்றிகொண்டனர். இவற்றின் பிரிக்கமுடியாத அங்கமாக இருந்த ஏ எம் கே இத்தகைய சூழலை எதிர்கொள்ள ஒரு கம்யூனிஸ்ட் கட்சி அவசியம் என்ற முடிவுக்கு வந்திருந்தார்.

நக்சல்பாரியின் அழைப்பை ஏற்று சிபிஐ எம் கட்சியிலிருந்து வெளியேறி அப்பு போன்ற தோழர்களுடன் இணைந்து தமிழ்நாட்டில் மாலெ இயக்கத்தை உருவாக்குவதில் முக்கிய பங்காற்றினார் ஏ எம் கே. அப்பு கொல்லப்பட்ட பிறகு 1973 வரை கட்சியை நடத்தினார். பின்பு கைது செய்யப்பட்ட கோதண்ட ராமன் ஒரு கொலை வழக்கில் சேர்க்கப்பட்டு பத்தாண்டு சிறைத்தண்டனை விதிக்கப்பட்டார். நீதிமன்றங்களைப் புறக்கணிக்க வேண்டும், வக்கீல் வைத்து வழக்கு நடத்தக் கூடாது. சிறையை உடைத்தே வெளியே வர வேண்டும் என்பது அப்போதைய எம் எல் கட்சியின் நிலைபாடாக இருந்தது. ஆனால் ஏம் எம் கோதண்ட ராமன் கட்சியின் நிலைக்கு எதிராக வழக்குரைஞர் மூலம் தன் வழக்கை நடத்தினார் என்ற விமர்சனம் அவர்மீது எழுந்தது. அவர் வழக்குரைஞரை அமர்த்தவில்லை. அவர்மீது அன்புகொண்ட வழக்குரைஞர் ஒருவர் அவருக்காக அவரது அனுமதி இல்லாமலேயே நீதிமன்றத்தில் வாதாடினார் என்று தியாகு சுவருக்குள் சித்திரங்கள் நூலில் கூறுகிறார். வழக்கின் இறுதியில் குற்றவியல் நடைமுறைச் சட்டம் பிரிவு 313ன் கீழ் அவரிடம் நீங்கள் இந்தக் கொலையை செய்தீர்களா என்று கேட்டபோது நாங்கள் தான் செய்தோம், அது எங்கள் கடமை என்று கோதண்ட ராமன் பதிலளித்ததாக தியாகு குறிப்பிடுகிறார். அடிப்படையான விஷயம் என்னவெனில் கோதண்டராமன் போன்ற உயர்மட்டத் தோழர்கள் நீதிமன்றங்களை புறக்கணிப்பது போன்ற அதிசாகசவாத நடவடிக்கைகளின் மேல் அதிருப்தி கொண்டிருந்தனர் என்பதை இந்த வழக்கு காட்டியது. பின்பு எல்லா மா லெ இயக்கங்களின் தோழர்களும் கொஞ்சம் கொஞ்சமாக நீதிமன்றப் புறக்கணிப்பைக் கைவிட்டனர். ஆனால் அதற்கு முன்பு கைதான தியாகு, கலியபெருமாள் போன்ற பல தோழர்கள் நீதிமன்றத்தைப் புறக்கணித்து தூக்கு தண்டனை பெற்றனர் என்பது குறிப்பிடத்தக்கது. அது பின்பு ஆயுள் தண்டனையாக மாற்றப்பட்டது. ஒரு வேளை இந்தத் தோழர்கள் வழக்கு நடத்தியிருந்தால் இத்தனை ஆண்டுகள் சிறையிலிருந்திருக்க வேண்டிய நிலை வராமல் இருந்திருக்கலாம்.

அவசர நிலை விலக்கிக் கொள்ளப்பட்ட பிறகு நடந்த தேர்தலில் வெற்றி பெற்ற ஜனதா அரசு பல அரசியல் கைதிகளை விடுதலை செய்தது. அப்போது ஏ எம் கோதண்டராமனும் விடுதலை செய்யப்பட்டார்.

அவர் சிறை சென்ற போது ஒன்றாக இருந்த கட்சி இப்போது மூன்றாக இயங்கிக் கொண்டிருந்தது. கோதண்டராமன் அப்போது வீச்சாக இயங்கிக் கொண்டிருந்த கூட்டக் குழுவினருடன் இணைந்து கொண்டார்.

அந்தக் காலகட்டத்தில் ஆந்திராவைச் சேர்ந்த நக்சல் தலைவரான கொண்டபள்ளி சீத்தாராமைய்யா, ஆயுதப் போராட்டத்தைக் கைவிடாமல், மக்கள் திரள் அமைப்புகள் கட்டுதல், நீதிமன்றம் போன்ற சட்டரீதியிலான அமைப்புகளைப் பயன்படுத்துதல், பாராளுமன்ற அரசியலைப் புறக்கணித்தல், தேவை ஏற்பட்டால் மட்டுமே தாக்குதல் நடத்துவது, வாய்ப்புக் கிடைத்த இடங்களில் எல்லாம் ஆயுதப் போராட்டத்தில் ஈடுபடாமல், அரசு அமைப்புகள் பலவீனமாக இருக்கும் காட்டுப் பகுதிகள், தொலைதூர கிராமப்புறங்கள் ஆகியவற்றில் ஆயுதப் போராட்டத்துக்கான தளம் அமைக்க திட்டமிட்ட முறையில் வேலை செய்தல் ஆகிய முடிவுகளுக்கு வந்து சேர்திருந்தார். கொண்டபள்ளி சீத்தாராமைய்யா இந்தியா முழுவதும் சுற்றுப் பயணம் செய்து பல்வேறு மாலெ அமைப்புகளின் பிரதிநிதிகளைச் சந்தித்து ஒருக்கிணைப்புக்கு முயன்று வந்தார்.

கொண்டபள்ளி சீத்தாராமைய்யா குழுவும், தமிழ் நாட்டு கூட்டக் குழுவும் இணைந்து சிபிஐ (எம் எல்) (மக்கள் யுத்தம்) என்ற கட்சியை உருவாக்கின.

இந்த அமைப்பு தர்மபுரி, வட ஆற்காடு, சேலம் மாவட்டங்களுக்கு விரிந்து பரவியது. ஆயுதப் போராட்டமாகவும் இல்லாமல், அதே நேரம் குறிப்பிட்ட இடங்களில் கூடிக் கலையும் அடையாளப் போராட்டமாகவும் இல்லாமல் போர்க்குணமிக்க போராட்டங்கள் தொடர்ந்து நடத்தப்பட்டன.

தர்மபுரி மாவட்டம் முழுவதும் மக்கள் கந்து வட்டிக் கொடுமையால் அவதிப்பட்டு வந்தனர். வாழ வழியில்லாமல் தங்களுக்குச் சொந்தமான சொற்ப நிலத்தையும், பண்ட பாத்திரங்களையும் அடகு வைத்து பணம் பெற்றுக் கொள்வதும், விஷம் போலும் ஏறும் வட்டியைக் கொடுக்க முடியாமல் சொத்துக்களையும், வாழ்க்கையையும் இழப்பதும் இப்பகுதி மக்களுக்கு வழக்கமாகவிருந்தது.

மக்கள் யுத்தக் கட்சியின் முன்னணி அமைப்பான முற்போக்கு இளைஞரணி தோழர்கள் ஊர் மக்களை ஊர்வலமாக அழைத்துச் வட்டிக்காரர்களை இழுத்து வந்து அடமானப் பத்திரங்களைக் கைப்பற்றி கிழித்து எறிவதை ஒரு இயக்கமாகவே நடத்தினர்.

சந்தைகளில் விற்பனை செய்வதற்கான பொருட்களை தலைச்சுமையாகக் கொண்டு வரும் விவசாயிகளிடம் பெரிய தொகை கட்டணமாக வசூலிக்கும் முறை இருந்து வந்தது. இடைவிடாத போராட்டங்களின் விளைவாக கட்டணம் குறைக்கப்பட்டது. விவசாயப் பொருட்களை குறைந்த விலைக்கு வாங்கி அதிக விலைக்கு விற்று வந்த கமிஷன் மண்டிகளின் ஆதிக்கம் தகர்க்கப்பட்டது.

நிலப்பிரச்சினைகள் மக்கள் நீதிமன்றங்களில் சுமுகமாகத் தீர்க்கப்பட்டன. இது குறித்து ஒரு சுவாரஸ்யமான கதை உண்டு. ஒரு விவசாயி தனது நிலப்பிரச்சினைக்கு தீர்வு கோரி குறி சொல்பவரை அணுகினாராம். குறிசொல்பவர் அவரை நாயக்கன் கொட்டாய் சென்று தோழர்களைப் பார்க்கும் படி குறி சொன்னாராம்.

உயர் சாதிகளைச் சேர்ந்த கந்து வட்டிக்காரர்கள், நிலப்பிரபுக்கள் ஆகியோர் மக்கள் நீதிமன்றங்களில் நிறுத்தப்படும் போது விசித்திரமான சூழல்கள் ஏற்பட்டன. ஒருமுறை சில செங்கல் சூளை முதலாளிகளுக்கு ஆயிரம் ரூபாய் அபராதம் செலுத்துவதோடு பத்து தோப்புக் கரணமும் போட வேண்டும் என்ற தண்டனை விதிக்கப்பட்டது.

முதலாளிகள் தாங்கள் இரண்டாயிரம் ரூபாய் அபராதம் செலுத்திவிடுவதாகவும், தோப்புக் கரண தண்டனையை ரத்து செய்யும் படியும் கோரினர். மக்களில் சிலர் அதைப் பெற்றுக் கொள்ளலாம் என்று கூறிய போது நக்சல் தோழர்கள் தோப்புக்கரண தண்டனையின் அவசியத்தை விளக்கினர். நிலப்பிரபுக்களின் போலி கௌரவத்தையும், பரம்பரை திமிரையும் ஒடுக்க இந்த தண்டணை தேவைப்படுகிறது. அதானாலேயே பணத்தை இழந்தாலும் உடல்ரீதியிலான தண்டனைகளைத் தவிர்க்க இவர்கள் விரும்புகின்றனர் என்று விளக்கினர். பின்பு தண்டனை செயல்படுத்தப்பட்டது.

மக்கள் நீதிமன்றங்கள் முற்றிலும் அமைதியாகவும் நடந்து விடவில்லை. வர்க்க விரோதிகளைஅழித்தொழிப்பது மட்டுமே ஒரே போர்முறை என்பதை மக்கள் யுத்தக் கட்சி ஏற்றுக் கொள்ளா விட்டாலும் போராட்டங்களின் தீவிரம், மக்கள் விரோதிகளின் மூர்க்கம் ஆகியவற்றின் காரணமாக ஆங்காங்கே அழித்தொழிப்புகள் நடக்கவும் செய்தன.

பெரிய செட்டி என்ற ஒரு வட்டிக்காரர் மக்களின் ரத்தத்தை எலும்புவரை உறிஞ்சுவதை வழக்கமாகக் கொண்டிருந்தார். அந்தப் பகுதி முழுவதும் மிகத் தீவிரமாக வெறுக்கப்பட்டவர் இவர். இவர் மக்கள் நீதி மன்றத்தில் நிறுத்தப்பட்டு பொதுமக்களால் தீர்ப்பளிக்கப்பட்டு வெட்டிக் கொல்லப்பட்டார். கட்சி செயல்பட்ட இடங்களில் எல்லாம் இந்தப் போராட்டங்கள் மக்களுக்கு மிகப்பெரிய நிம்மதியை அளித்தன.

வேறு சில இடங்களிலும் நிலப்பிரபுக்களும், கள்ளச்சாராயக் காரர்களும், கந்துவட்டிக்காரர்களும், கொத்தடிமைகளை வைத்திருந்தவர்களும் எதிர்த்துப் போராட முன்ற போது தவிர்க்க இயலாத விதத்தில் கட்சியால் கொல்லப்பட்டனர்.

அதே நேரம் தேனீர் கடைகளில் இரட்டை குவளை முறை போன்றவற்றை ஒழிக்கும் நடவடிக்கைகள் மிகுந்த கவனத்துடன் நடைபெற்றன. சாதாரண மக்களைப் போலவே வறுமையிலிருக்கும் இந்த சிறுகடைக்காரர்கள் முதலில் எச்சரிக்கப்பட்டனர். பின்பு உள்ளூர் இடைநிலைசாதியினர், தலித்துகள் அடங்கிய ஊர்வலம் நடத்தப்பட்டு தனிக்குவளைகள் ஒழிக்கப்பட்டன.

கூட்டங்களுக்கு காவல்துறை அனுமதி பெற தோழர்கள் செல்லும் போதும் மக்கள் கூட்டமாக இணைந்து கொள்ள அவை ஊர்வலங்களாக மாறின.

மூன்று மாவட்டங்களில் மக்கள் யுத்தக் கட்சியின் வளர்ச்சியால் பாதிக்கப்பட்ட ஆளும் வர்க்கத்தினர் நக்சல்களை ஒடுக்க தீவிர நடவடிகை எடுக்கும்படி அப்போதைய ஆளும் கட்சியான அதிமுகவுக்கு கடும் அழுத்தம் கொடுத்து வந்தனர். அரசும், அதிகார வர்க்கமும், காவல்துறையும் மக்கள் யுத்தக் கட்சி முன்னேறுவதை கவலையும் பார்த்துக் கொண்டிருந்தன. போட்டி அரசு நடப்பதாக வலதுசாரிகள் கூச்சலிட்டனர்.

மெல்ல மெல்ல நக்சல்பாரி அமைப்பின் நடவடிக்கைகளால் பாதிக்கப்பட்டவர்களை அரசும் காவல்துறையும் ஒருங்கிணைத்து பதில் தாக்குதல்கள் நடத்தத் தொடங்கின. அதுவரை பெரும்பாலும் ஆயுதமில்லாமல் இயங்கிக் கொண்டிருந்த தோழர்கள் நாட்டு வெடிகுண்டுகளை வைத்துக் கொள்ள வேண்டுமென்றும், நெருக்கடி ஏற்படும் போது உயிருக்கு ஆபத்து இல்லாத இடத்தில் வீசி பீதி ஏற்படுத்தி விட்டு பின்வாங்கிவிடும் படியும் கட்சி அறிவுறுத்தியது. போலீஸுடனான நேரடி மோதல்களைத் தவிர்க்க கட்சி முயன்று வந்தது. கட்சி முழுமையாக ஆயுதப் போராட்டத்துக்குத் தயாராகாத நிலையில் அரச படைகளை நேரடியாக எதிர்கொள்ள வேண்டிய நிலை வந்தால் நக்சல்பாரி, கோபிபல்லபூர், போஜ்பூர், ஸ்ரீகாகுளம் பகுதிகளில் நிகழ்ந்ததைப் போன்ற பேரழிவு நடக்க வாய்ப்பிருந்தது என்பதை கட்சி உணர்ந்திருந்தது.

அதே நேரம் கட்சியும் அதன் முன்னணி அமைப்புகளும் முழுமையாகத் தலைமறைவாகி ஆயுதப் போராட்டத்தில் ஈடுபட வேண்டிய சூழ்நிலை வந்துவிட்டது என்ற கருத்தும் ஒருபிரிவினரிடையே இருந்தது. இந்த விவாதம் குறித்த திட்டவட்டமான தகவல்கள் இல்லை என்ற போதிலும் கட்சித் தலைமை இன்னும் வெளிப்படையாகச் செயல்பட வாய்ப்பு இருக்கிறது என்ற முடிவுக்கு வந்ததாக மூத்த தோழர்கள் கூறுகின்றனர்.

இந்தச் சூழ்நிலையில் தான் ஏலகிரி கிராமத்திலிருந்து நக்சல்கள் என்று சந்தேகிக்கப்பட்டவர்களைப் பிடித்துக் கொண்டு போலீஸ்காரர்கள் சென்ற காரில் குண்டு வெடித்தது. அரசு எதிர்பார்த்துக் காத்துக் கொண்டிருந்த சம்பவம் நிகழ்ந்து விட்டது. தமிழ்நாட்டில் இதற்கு முன்கண்டிராத விதத்தில் வெறியாட்டம் தொடங்கியது. கிராமங்கள் துவம்சம் செய்யப்பட்டன. எண்ணற்றவர்கள் பெரும்பாலும் அப்பாவி மக்கள் கைது செய்யப்பட்டு சித்திரவதை செய்யப்பட்டனர்.

மக்கள் யுத்தக் கட்சி தமிழ்நாட்டில் போலீஸ் மீது எதிர்த்தாக்குதல் நடத்தவில்லை, அதே நேரம் தொடர்ச்சியான மக்கள் திரள் போராட்டங்கள் நடத்துவதன் மூலமும், இயக்கத்தை இன்னும் விரிவாக எடுத்துச் செல்வதன் மூலமும் அடக்குமுறையை எதிர்கொண்டது. கலைஞர்கள், எழுத்தாளர்களை இணைத்து

புரட்சிப் பண்பாட்டு இயக்கம் (பு ப இ) என்ற அமைப்பு உருவாக்கப்பட்டது. பின்பு புகழ் பெற்ற பல எழுத்தாளர்கள், கவிஞர்கள் இதில் அங்கம் வகித்தனர். செந்தாரகை, சமரன் போன்ற இதழ்கள் தொடர்ச்சியாக நடத்தப்பட்டன. ஜனநாயக விவசாயிகள் சங்கம் போன்ற புதிய அமைப்புகள் கட்சியின் மேற்பார்வையில் உருவாக்கப்பட்டு வளர்ச்சி பெற்றன. அடக்குமுறையை தமிழக அரசு தொடர்ந்து அதே வீச்சில் எடுத்துச் செல்லமுடியாத நிலை ஏற்பட்டது. மக்கள் யுத்தக் கட்சி மட்டுமே இந்த மூன்று மாவட்டங்களில் முப்பது தோழர்களை இழந்தாலும் கட்சியின் மக்கள் ஆதரவுத் தளம் வடகிழக்கு இந்தியாவில் நடந்ததைப் போல சிதைக்கப்படவில்லை. கட்சி அடக்குமுறையைக் கடந்துவிட்டது போலத்தான் தோன்றியது. ஆனால் பிரச்சினை வேறு இடத்திலிருந்திலிருந்து தோன்றியது.

இந்தக் காலகட்டத்தில் இந்தியாவின் பல பகுதிகளிலும், ஈழத்திலும் தேசிய இனப்போராட்டங்கள் எழுச்சி பெற்றன. மக்கள் யுத்தக் கட்சி தமிழ் தேசிய இன விடுதலையைக் கணக்கில் கொள்ளவில்லை என்று கூறி தமிழரசனும், புலவர் கலியபெருமாளும் கட்சியை உடைத்து வெளியேறி தமிழ்நாடு விடுதலைப் படை என்ற அமைப்பை உருவாக்கினர். தென்னாற்காடு மாவட்டத்தில் மக்கள் யுத்தக் கட்சி பலவீனப்பட்டது. அதற்கு பதிலாக தமிழக வரலாற்றில் முக்கிய இடம்பெற்று விட்ட முந்திரிகாட்டுப் போராட்டம் தொடங்கியது.

1984 வாக்கில் மக்கள் யுத்தக் கட்சியின் கோதண்டராமன், ஆந்திராவில் கட்சியில் முக்கிய தலைவராக இருந்த சத்திய மூர்த்தி, மஹாராஷ்ட்ரா கட்சியின் செயலராக இருந்த கோபட் காந்தி ஆகியோர் கொண்டபள்ளி சீத்தாராமைய்யாவுடன் முரண்பாடு கொண்டனர். கட்சி பிளவுண்டது. இந்தப் பிளவு ஆந்திராவில் பெரிய பாதிப்பை ஏற்படுத்தவில்லை என்றாலும் தமிழ்நாட்டில் பெரிய பின்னடைவை ஏற்படுத்தியது. தீவிரமான போராட்டங்கள் ஓய்ந்து கட்சி செயலின்மைக்குத் தள்ளப்பட்டது.

சத்ய நாராயண் சிங் பிஹாரின் புகழ்பெற்ற நக்சலைட் தலைவராவார். 1968-69 ஆம் ஆண்டுகளில் பிஹாரின் முஷாஹரி பகுதியில் நடந்த விவசாயிகள் எழுச்சியை தலைமை வகித்து நடத்தியவர் இவர். பல்லாயிரம் விவசாயிகள் பங்கு கொண்ட அந்த எழுச்சியானது பின்பு கெரில்லாப் போராட்டமாக

மாறியது. அந்தக் காலகட்டத்திலிருந்தே சத்யநாராயண் சிங் சாரு மஜும்தாரின் தனிநபர் அழித்தொழிப்புப் பாதை மேல் அதிருப்தியும் விமர்சனமும் கொண்டிருந்தார். இது பயங்கரவாதம் என்று குற்றம் சாட்டவும் செய்தார். 1971 இல் சத்யநாராயண் சிங் தலைமையிலான தோழர்கள் போட்டி தலைமைக் குழு அமைத்து சாரு மஜும்தாரை கட்சியிலிருந்து வெளியேற்றியதாக அறிவித்தனர்.

சிங், ஜெயபிரகாஷ் நாராயணன் நடத்திய அவசர நிலை எதிர்ப்புப் போராட்டத்தை ஆதரித்தார். அவசர நிலைக்குப் பின்பு சிங்கின் நிலை மேலும் மென்மையடைந்து அரசியல் கைதிகளின் விடுதலைக்காக அரசுடன் பேச்சு வார்த்தை நடத்தவும் செய்தார். இதெல்லாம் நக்சல் அரசியலில் நினைத்தே பார்க்க முடியாதவையாகும். பின்பு சிங் அடுத்த கட்டத்துக்கு நகர்ந்து தேர்தலில்களில் தனது கட்சி வேட்பாளர்களை நிறுத்தவும் செய்தார்.

போஜ்பூரில் மிகப் பெரிய நக்சல் எழுச்சியை நடத்தியது சி பி ஐ எம் எல் லிபரேஷன் கட்சி ஆகும். இதன் தலைவராக ஜோஹரும் மேற்கு வங்க செயலராக வினோத் மிஸ்ராவும் இருந்தனர்.

1970 ஆம் ஆண்டு இருபத்தி மூன்று வயதேயாகியிருந்த வினோத் மிஸ்ரா நக்சல்பாரி எழுச்சிக்குப் பிறகு துர்க்காபூர் கட்சிக்குழுவின் செயலரானார். அங்கு கைது செய்யப்பட்ட அவர் போலீசால் கடுமையாகச் சித்திரவதை செய்யப்பட்டு உயிருக்கு ஆபத்தான நிலையில் மருத்துவமனையில் அனுமதிக்கப்பட்டார். பின்பு 1972 ஆம் ஆண்டு எந்த நிபந்தனையும் இல்லாமல், விசாரணை இல்லாமல் விடுதலை செய்யப்பட்டார். இது கட்சியில் அவர் மீது சந்தேகத்தை ஏற்படுத்தியது. எனவே பர்துவான் மாவட்டத்திலுள்ள ஒரு தொலைதூர கிராமத்தில் பணி செய்ய அனுப்பி வைக்கப்பட்டார். கட்சியில் ஏற்பட்ட பல பிளவுகளுக்கு பிறகு 1974 ஆம் ஆண்டு தோழர் ஜோஹருடன் தொடர்பு ஏற்படுத்திக் கொண்டார். ஜோஹர், வினோத் மிஸ்ரா, ரகு ஆகியோர் இணைந்து சி பி எம் எல் லிபரேஷன் அமைப்பை உருவாக்கினர்.

இந்தக் கட்சியின் மேற்கு வங்க செயலராக வினோத் மிஸ்ரா இயங்கி வந்தார். அவரது தலைமையில் பல கெரில்லாக்

குழுக்கள் உருவாகி செயல்பட்டு வந்தன. 1975ல் ஜோஹர் கொல்லப்பட்ட பிறகு வினோத் மிஸ்ரா கட்சியின் பொதுச் செயலாளராகத் தேர்ந்தெடுக்கப்பட்டார்.

1979 ஆம் ஆண்டு டார்ஜிலிங் மாவட்டத்தில் போலீசால் சுற்றி வளைக்கப்பட்டார். தொடர்ந்து நடந்த துப்பாக்கி சண்டைகளில் அமோல் என்ற முக்கிய தலைவர் கொல்லப்பட்டார். வினோத் மிஸ்ரா படுகாயப்படுத்தப்பட்டாலும் நேமு சிங் என்ற கெரில்லா குழுத் தலைவர் போலிஸ் முற்றுகையை உடைத்து வினோத் மிஸ்ராவைக் காப்பாற்றினார்.

1976 ஆம் ஆண்டு லிபரேஷன் கட்சியானது ஆயுதப் போராட்டத்துடன் காங்கிரஸ் எதிர்ப்பு ஜனநாயக முன்னணியையும் உருவாக்கி இணைத்து நடத்த வேண்டும் என்ற நிலை எடுத்தது.

1977 ஆம் ஆண்டு லிபரேஷன் அமைப்பானது வெளிப்படையாக இயங்கக் கூடிய இந்திய மக்கள் முன்னணி என்ற அமைப்பை உருவாக்கியது. இதன் மூலம் லிபரேஷன் கட்சி தலைமறைவுக் கட்சியாக இருக்க இந்திய மக்கள் முன்னணி வெளிப்படையாக இயங்கி ஜனநாயகவாதிகள், காங்கிரஸ் எதிர்ப்புக் கட்சிகள், ஆகியவற்றுடன் தொடர்பு கொண்டது. காந்தியவாதிகள் உட்பட பல்வேறு தரப்பினர் இந்திய மக்கள் முன்னணியில் இணைந்தாலும், அரசியல் கட்சிகளிடையே இந்திய மக்கள் முன்னணி பெரிய தாக்கத்தை ஏற்படுத்தவில்லை. அது தனித்து வளர முடியாத நிலையில் கட்சியின் முன்னணி அமைப்பாகவே இருந்து வந்தது.

1992 ஆம் ஆண்டு கல்கத்தாவில் நடந்த பேரணியில் வினோத் மிஸ்ரா 25 ஆண்டுகால தலைமறைவு வாழ்க்கையைக் கைவிட்டு வெளியே வந்தார். இன்று லிபரேஷன் அமைப்பு இந்தியாவின் மூன்றாவது பெரிய இடதுசாரி கட்சியாகவுள்ளது. பிஹாரில் வலிமைவாய்ந்த அமைப்பாக இயங்கி வருகிறது. இன்றைய இந்திய சூழலில் இடதுசாரி கட்சிகள் ஐக்கியப்பட வேண்டும் என்பதை வலியுறுத்தி வருகிறது. இந்தியா முழுவதும் பரவலாக இயங்கும் அமைப்பாகவும், முக்கியமான தொழிற்சங்கங்களைக் கொண்ட அமைப்பாகவும் லிபரெஷன் உள்ளது.

நக்சலைட் இயக்க வரலாற்றில் பஞ்சாபின் கதை விசித்திரமானது.

1970 ஆம் ஆண்டு ஜூலை மாதம் 28 ஆம் தேதி ஜலந்தர் போலீசார் தாங்கள் ஒரு நக்சலைட்டை சுட்டுக் கொன்று பெரிய தலைவர்களை கொல்லும் சதியை முறியடித்து விட்டதாகப் பரபரப்பு செய்தி வெளியிட்டனர்.

கொல்லப்பட்டவர் பெயர் பாபா பூஜ்ஜா சிங். அவருக்கு வயது 82.

புஜ்ஜா சிங் 1930களில் கதர் புரட்சிகர இயக்கத்தில் தீவிரமாக இயங்கிய சுதந்திர போராட்ட வீரர். பகத் சிங்கின் மாமாவான அஜீத் சிங்கின் தோழர். அவர் கிர்தி கட்சி என்ற கட்சியைத் தொடங்கினார். பிரிட்டிஷ் அரசால் அந்தக் கட்சி தடை செய்யப்பட்டது. பின்பு கம்யூனிஸ்ட் கட்சியில் சேர்ந்தார். 1960 களில் நக்சல்பாரி இயக்கம் தொடங்கிய போது புஜ்ஜா சிங் அதில் இணைந்து கொண்டார்.

தோழர்களுக்கு மார்க்சிய வகுப்பு எடுக்க புஜ்ஜா சிங் சைக்கிளில் சென்று கொண்டிருந்த போது போலீசால் பிடித்துச் செல்லப்பட்டு சித்திரவதை செய்யப்பட்டுக் கொல்லப்பட்டார். புஜ்ஜா சிங்கின் கொலை பஞ்சாப் முழுவதும் கடுங்கோபத்தை ஏற்படுத்தியது. அவரது கொலையை விசாரிக்க விசாரணை கமிஷன் அமைக்கப்பட்ட போதும் அது இழுத்தடித்து, காலம் கடத்தி மறக்கச் செய்யும் நடவடிகையாகவே அமைந்தது.

புஜ்ஜா சிங்கப் போன்ற சுதந்திரப் போராட்ட வீரர்களும், பப்பர் அகாலி அமைப்பை சேர்ந்தவர்களும் நக்சல் இயக்கத்தில் இணைந்து செயலாற்றினர். லட்சியவாதம், வீரம், தூய்மை ஆகிய குணங்களில் ஒத்தவர்களாக இருந்த இந்த மூத்த தோழர்களுக்கும், நக்சல் இளைஞர்களுக்கும் ஆழமான தோழமை இயல்பாகவே உருவாகியது. பஞ்சாபில் நக்சல் இயக்கம் சீக்கிய மதத்தை சேர்ந்த தலித்துகள் நடுவிலும், வறுமையில் வாடும் விவசாயிகள் நடுவிலும் செல்வாக்கு பெற்றிருந்தது. பசுமைப் புரட்சியின் காரணமாக பணக்காரர்களுக்கும் ஏழைகளுக்குமான இடைவெளி பெருமளவு பஞ்சாபில் அதிகரித்திருந்தது இதற்குக் காரணமாக அமைந்தது.

சாருவின் காலத்தில் வர்க்க விரோதிகளை அழித்தொழிக்கும் செயல்திட்டத்தை நிறைவேற்றிய நக்சல்பாரிகள் பின்பு பஞ்சாபிய

சமூகத்தையும், விவசாயிகளையும் வாட்டி வதைத்து வந்த அடிப்படை பிரச்சினைகளுக்காக வெளிப்படையான மக்கள் திரள் அமைப்புகளை உருவாக்கினர். இந்த அமைப்புகள் மிக விரைவில் வளர்ச்சியடைந்து பஞ்சாபில் நிலவிய ஏற்றத்தாழ்வுகள், சுரண்டல், அடக்குமுறைகளுக்கு எதிரான போராட்டங்களை வீச்சுடன் நடத்தத் தொடங்கின.

எந்த ரகசியத் தன்மையும் இல்லாமல், ஆயுதப் போராட்ட வழியைக் கைவிட்டு வெளிப்படையாக இயங்கிய நக்சல் அமைப்புகளின் மீது அரசும் அதன் கூலிப்படைகளும் நடத்திய தாக்குதல்களில் சில தலைவர்கள் கொல்லப்பட்டு அமைப்புகள் முற்றிலும் சிதைக்கப்பட்டன. நக்சலைட்டுகளை பொது அரசியலுக்கு இழுப்பதற்கு பதில் அந்த இயக்கங்களின் செயல்பாடுகளை இரக்கமின்றி ஒடுக்கிய அரசின் செயல் வேறு விதமாக அதன் தலையிலேயே விடிந்தது.

விவசாயிகளின் அமைப்புகள் நாசமாக்கப்பட்டு விட்டன. ஆனால் அவர்களின் பிரச்சினைகள் தீரவில்லை. அதைப் பேசவும் விவசாயிகளுக்குக் குரல் கொடுக்கவும் பஞ்சாபில் ஒருவரும் இல்லாத நிலை தோன்றியது. அரசியல் களத்தில் ஒரு வெற்றிடம் உருவாகியது.

அந்த வெற்றிடத்தை ஜர்னைல் சிங் பிந்தரன்வாலே தலைமையிலான காலிஸ்தான் பிரிவினைவாதிகள் நிரப்பினர். பஞ்சாப் விவசாயிகளின் பிரச்சினைகளோடு பஞ்சாபி மொழி, சீக்கிய மதம் ஆகியவற்றை இணைத்து தனி நாட்டுக்கான போராட்டத்தை காலிஸ்தான் பிரிவினைவாதிகள் தொடங்கினர்.

இந்தியாவில் நக்ஸல்பாரி இயக்கம் வெடிப்பதையும் அது ஒடுக்கப்படுவதையும் பாகிஸ்தான் கையறு நிலையில் பார்த்துக் கொண்டிருந்தது. லட்சியவாதிகளான நக்ஸலைட்டுகள் பாகிஸ்தான் அரசையும் அரைக்காலனிய அரை நிலப்பிரபுத்துவ அடக்குமுறை அரசு என்றே வகைப்படுத்தியிருந்தனர். இது போன்ற அரசுகளுடன் உறவுகொள்வதை கனவிலும் நினைத்துப் பார்த்ததில்லை. சீனாவுடனான நக்சல்பாரி அமைப்புகளின் உறவும் கூட தத்துவார்த்த அடிப்படையிலேயே இருந்தது. பணமோ ஆயுதங்களோ பயிற்சியோ தங்கிடமோ பெறுவதற்காக நக்சலைட்டுகள் ஒருபோதும் சீனாவை நாடியதில்லை.

ஆனால் பிந்தரன்வாலேவையும், அவருடனிருந்த காலிஸ்தான் தீவிரவாதிகளையும் ஒழிக்க இந்திய ராணுவம் அமிர்தசரஸ் பொற்கோவிலுக்குள் நுழைந்து தாக்குதல் நடத்திய பிறகு உருவான காலிஸ்தான் போராளிகள் பாகிஸ்தானுக்குத் தப்பிச் சென்றனர். எதிரிக்கு எதிரி நண்பன் என்ற விதத்தில் தங்கள் தனிநாடு கோரும் போராட்டத்துக்கு பாகிஸ்தானை பின்புலமாகப் பயன்படுத்தத் தொடங்கினர். பாகிஸ்தானும் தாராளமாக ஆயுத பண உதவிகளை இந்த காலிஸ்தான் அமைப்புகளுக்குச் செய்தது.

காலிஸ்தான் போராட்டம் இந்திரா காந்தி உட்பட இந்திய ஆளும் வர்க்கங்களில் ஏராளமானவர்களைப் பலிவாங்கியது. டெல்லியும், மற்ற அதிகார மையங்களும் தாக்குதலுக்குள்ளாகின. காங்கிரஸ் தலைவர்களும் அமைச்சர்களும் இருப்புச் சட்டைக்களுக்குள்ளும், கண்ணாடிக் கூண்டுகளுக்குள் அடைக்கலம் புகுந்தனர். இந்தப் போராட்டம் பஞ்சாப்பையே ரத்த வெள்ளத்தில் மூழ்கடித்தது.

பஞ்சாப் நக்ஸலைட்டுகளில் ஒருபகுதியினர் காலிஸ்தான் போராளிகளாக மாறினர். இன்னொரு பகுதியினர் காலிஸ்தான் எதிர்ப்பாளர்களாயினர். பிந்தரன்வாலே நாத்திகர்கள் ஒழிக்கப்பட வேண்டியவர்கள் என்று கூறியதால் எல்லா கட்சிகளையும் சேர்ந்த சுமார் முன்னூறு கம்யூனிஸ்டுகள் காலிஸ்தான் தீவிரவாதிகளால் பஞ்சாப் முழுவதும் கொல்லப்பட்டனர்.

நட்சத்தர் சிங் ரோடே என்பவர் ஒரு முக்கியமான நக்சல் தலைவராவார். இவர் பிந்தரன்வாலேவின் ஆதரவாளராகி காலிஸ்தான் போராளியாக மாறினார். ரோடே, இந்துத்வ இதழான இந்த் சமாச்சாரின் ஆசிரியர் ஜகத் நாராயணனை சுட்டுக் கொன்றார். இதிலிருந்தே பஞ்சாபில் காலிஸ்தான் போராளிகளின் அழித்தொழிப்பு நடவடிக்கைகள் தொடங்கின. ரோடேவைப் போல பல நக்சல்கள் காலிஸ்தான் போராளிகளாக மாறியதால் கிராமப்புறங்கள் போர்க்களங்களாயின.

பாஷ், ஜெய்மால் சிங் போட்டா என்ற இரண்டு நக்சல் தலைவர்கள் காலிஸ்தான் போராளிகளுக்கு எதிரான நிலையெடுத்தனர். இவர்கள் இருவரும் சீக்கியர்களுக்கு எதிரான அரசின் ஒடுக்குமுறை நடவடிக்கைகளைக் கண்டித்தவர்கள். அப்பாவி சீக்கியர்கள் ராணுவத்தாலும் போலீசாலும் வேட்டையாடப்படுவதை எதிர்த்து ஓய்வில்லாமல் போராடியவர்கள். அதே நேரம் மதவாத சீக்கிய

போராட்டத்தை நோக்கிக் கேள்விகளும் எழுப்பினர். இவர்கள் இருவரும் காலிஸ்தான் போராளிகளால் கொல்லப்பட்டனர்.

பஞ்சாப் நக்சலிசமும், காலிஸ்தான் போராட்டமும் வெவ்வேறு விதமானவை என்றாலும் இரண்டுக்கும் ஒற்றுமைகளும் இருந்தன. ரோடே கைது செய்யப்பட்டவுடன் கொடுத்த வாக்குமூலம் இதைத் தெளிவுபடுத்துகிறது. சிறுவிவசாயியான தான் தனது பொருளாதார பிரச்சினைகளினால்தான் நக்சல்பாரி இயக்கத்தின் பால் ஈர்க்கப்பட்டதாகவும், நக்சல் இயக்கம் ஒடுக்கப்பட்ட பின்பு போராடியே தீர வேண்டிய அரசியல் சூழலில் காலிஸ்தான் போராட்டத்தை தேர்ந்தெடுத்ததாகவும் கைது செய்யப்பட்ட பிறகு வாக்குமூலம் அளித்தார். நக்சல் இயக்கம் இந்தியாவை தேசிய இனங்களின் சிறைக்கூடம் என்று வரையறுத்திருந்ததால் தான் தனது கொள்கைகளுக்கு எதிராக மாறவில்லை என்றார்.

காலிஸ்தான் போராளிகள் நக்சலைட் அமைப்புகளின் செயல்களை அப்படியே பின்பற்றத் தொடங்கினர். மக்கள் நீதிமன்றங்களை நடத்தினர். தேர்தல்களை புறக்கணித்தனர். தங்கள் மத நம்பிக்கை இடம் கொடுத்தவரை சமூக சீர்திருத்தங்களில் ஈடுபட்டனர்.

இந்திய அரசானது மக்கள் பிரச்சினைகளைத் தீர்க்காமல் அவற்றைப் பற்றிப் பேசியவர்களை ஒழித்துக் கட்டும் நடவடிக்கையில் ஈடுபட்டதால் நக்சல்பாரி எழுச்சியை விட பன்மடங்கு உக்கிரமான, பன்னாட்டுத் தன்மை கொண்ட காலிஸ்தான் போராட்டத்தைச் சந்திக்க நேர்ந்தது. பலியான எண்ணற்ற உயிர்களைப் பற்றி யாருக்கும் எந்தக் கவலையும் இல்லை. இந்தியா போன்ற நாடுகளில் ஒரு மரணம், கொலை என்பது மரத்திலிருந்து இலை உதிர்வதைப் போன்றது.

கொண்டலு பகலேசினம்
(மலைகளையே பிளந்துட்டோம்)

"நாங்கள் ஆறுகளைக் கடந்தோம், மலைகளைக் கடந்தோம். பள்ளத்தாக்குகளையும், இருண்ட கானகங்களையும் கடந்து சென்றோம். மாநிலங்களின் எல்லைகளைத் துடைத்து அழித்தோம். தடையாக நின்ற மொழிகளை வசப்படுத்தினோம். அந்தக் காடுகளையும், மலைகளையும், ஆறுகளையும் போலவே கோண்டு மொழியும் எங்களுடன் தோழமை பூண்டது. அந்த மக்களின் உள்ளங்களைப் படிக்கக் கற்றுக் கொண்டோம். அவர்களோடு ஒன்று கலந்தோம்

மக்கள் எங்களுக்குக் காடுகளின் புவியியலையும், பழங்குடிப் பண்பாட்டையும், மொழிகளையும், கலைகளையும் கற்றுத் தந்தனர். இன்று வர்க்கப் போரில் முன்னணிப் படையாகிவிட்ட அவர்கள், தங்கள் துப்பாக்கிகளில் குண்டுகளை நிரப்புகின்றனர். வில் அம்புகளைப் போருக்குத் தயார் செய்கின்றனர். தண்டகாரண்யத்தில் முன்னேறும் ஒவ்வொரு அடிக்கும் எதிரி தனது ரத்தத்தை விலையாகத் தரவேண்டுமென்பதைத் தங்கள் வீரஞ்செறிந்த எதிர்ப்பால் காட்டிவருகின்றனர்".

பழங்குடி மொழிகளில் புரட்சிகர இலக்கியம்–
முன்னோடி வெளியீடு 1994.

நக்சல் இயக்கம் மார்க்ஸ், ஏங்கெல்ஸ், லெனின், ஸ்டாலினுக்கு அடுத்த தலைவராக மாவோவை ஏற்றுக் கொண்டதாகும்.

மார்க்சியத்துக்கு மாவோவின் பங்களிப்பை தெரிந்துகொள்வது இக்கட்டுரையில் பேசப்படும் விஷயங்களைப் புரிந்துகொள்ள உதவியாக இருக்கும். மாவோ தலைவராவதற்கு முன்பு சீனக் கம்யூனிஸ்டு கட்சி ரஷ்யக் கம்யூனிஸ்டு கட்சியின் பாதையை அப்படியே பின்பற்றி வந்தது.

ரஷ்யா போன்ற ஐரோப்பிய நாடுகளில் கம்யூனிஸ்டு கட்சிகள் தொழிற்சங்க இயக்கங்கள் கட்டுவது, தொடர் பிரச்சாரத்தில் ஈடுபடுவது, போராட்டங்கள், கிளர்ச்சிகள் மூலம் அரசை பலவீனப்படுத்துவது, ஒரு பெரும் மக்கள் எழுச்சியின் மூலம் அரசைக் கைப்பற்றுவது என்ற திட்டத்தின் அடிப்படையில் இயங்கின. பெரும்பாலான மக்கள் நகரங்களில் தொழிலாளர்களாக இருந்த நாடுகளில் இது பொருத்தமானதாக இருந்தது.

சீனா அன்று மாபெரும் விவசாய நாடு. எண்ணிக்கையில் மிகக் குறைவானதாகவிருந்த நகர்ப்புற பாட்டாளி வர்க்கத்தால் மட்டும் புரட்சியை சாதிக்க முடியாது, பெரும்பான்மை மக்களாகிய விவசாயிகள் புரட்சியில் முக்கிய பங்குகொள்ள வேண்டும் என்று கருதினார் மாவோ. நகரங்களின் எண்ணிக்கையும் அங்கு வாழும் மக்களின் எண்ணிக்கையும் குறைவாக இருக்கும் நிலையில் நகர்ப்புற எழுச்சி மட்டுமே ஒரு அரசைக் குலைத்து விடாது என்றார் மாவோ.

அதே நேரம் கிராமங்கள் பரந்து விரிந்த நிலப்பரப்பில் இருப்பதால் அங்கே ஒரே நேரத்தில் எழுச்சி என்பது சாத்தியமில்லை. அதனால் அரசு தன் படைகளை உடனுக்குடன் அனுப்ப அவசியமான போக்குவரத்து வசதிகள் இல்லாத பகுதிகளில், அரசானது நேரடியாக இல்லாமல் நிலப்பிரபுக்கள் மூலம் ஆட்சி நடத்தி வரும் பகுதிகளில் கெரில்லாக் குழுக்களைக்கொண்டு தளப் பிரதேசத்தை உருவாக்குவது, பின்பு நிலப்பிரபுக்களின் படைகளையும், அரச படைகளையும் விரட்டியடித்து அந்தப் பகுதியை முழுமையாக அரசின் பிடியிலிருந்து விடுவிப்பது, அங்கிருந்து விரிவுபடுத்தி நகரங்களைச் சுற்றி வளைத்து இறுதியாக அரசைக் கைப்பற்றுவது என்பது மாவோ வகுத்த செயல்திட்டம். அரசின் பலம் அதிகமாக இருக்கும் வரை ஒருபோதும் ஒரு கெரில்லாபடை நேரடி யுத்தத்தில் ஈடுபடக்கூடாது என்றார் மாவோ. எதிரி முன்னேறும் போது பின்வாங்குவதும், எதிரி பின்வாங்கும் போது முன்னேறுவதும், எதிரியை அலைக்கழித்து

அவர்களின் பலத்தை வீணடிக்கச் செய்வதும் கெரில்லா படையின் தந்திரமாகவிருக்க வேண்டும் என்றார் அவர்.

எதிரியின் பத்து விரல்களையும் காயப்படுத்துவதை விட ஒரு விரலை வெட்டியெறிவது பலத்த சேதத்தை ஏற்படுத்தும். எதிரி பலவீனமாக இருக்கும் பகுதிகளில் தொடர்ந்து கெரில்லா தாக்குதல்கள் நடத்துவதன் மூலம் அதை விடுவிக்கப்பட்ட பகுதியாக மாற்ற வேண்டும். அதே நேரம் விடுவிக்கப்பட்ட பகுதிகள் மிகவும் பலம்வாய்ந்த எதிரியால் தாக்கப்பட்டால் அவற்றைக் கைவிடவும் தயாராக இருக்க வேண்டும் என்றார் மாவோ.

போரின் இறுதிக் கட்டத்தில் ஒரு குறிப்பிட்ட பகுதியில் சீன கம்யூனிஸ்ட் படை மிகுந்த பலத்துடன் இருந்த போது சியாங்கை ஷேக்கின் படை அதைத் தாக்கியது. இந்தப் பகுதி மீதும், அழகிய நகரின் மீதும் உணர்வுபூர்வமான நேசத்தைக் கொண்டிருந்த செம்படைத் தோழர்கள் தாங்களால் சியாங்கய் ஷேய்க்கின் படைகளை எதிர்த்து முறியடிக்க முடியும், அதைக் கைவிட வேண்டாம், உயிரைக் கொடுத்து செந்தளப் பிரதேசத்தைக் காப்போம் என்று மாவோவிடம் மன்றாடினர்.

மாவோ சிரித்துக் கொண்டே நாம் சியாங்கை சேக்குக்கு ஒரு நகரைக் கொடுப்போம். அவர் நமக்கு சீனாவைக் கொடுப்பார் என்றார். புரட்சி என்பது ஒரு நிதானமான அறிவுச் செயல்பாடு, வீரம் தியாகத்தை மட்டும் சார்ந்ததல்ல என்பதில் நம்பிக்கை கொண்டவராக இருந்தார் மாவோ.

இரண்டாம் உலகப் போரின் போது பிரான்ஸின் காலனியாகவிருந்த வியட்நாமை ஜப்பான் கைப்பற்றியது. அதை எதிர்த்துப் போரிட்டு வந்த வியட்நாமிய கம்யூனிஸ்ட் கட்சியானது ஜப்பான் உலகப்போரில் சரணடைந்ததும் நாட்டை மிச்சம் மீதியிருந்த ஜப்பானிய படைகளிடமிருந்து விடுதலை செய்து தலைநகர் சைகோனில் தனது ஆட்சியை நிறுவியது. ஆனால் ஜப்பான் சரணடைந்ததும் வியட்நாம் மீது திரும்பவும் உரிமை கொண்டாடிய பிரான்ஸ் அதை ஆகிரமிக்கத் தன் படைகளை அனுப்பியது. இந்த நேரத்தில் ஹோசி மின்னுக்கும் வியட்நாம் செஞ்சேனையின் தலைமைத் தளபதி ஜெனரல் கியாப்புக்கும் நடந்ததாக ஒரு உரையாடலைச் சொல்வார்கள்.

ஹோசிமின்: தலைநகர் சைகோனில் நம்மால் எத்தனை நாட்கள் தாக்குப் பிடிக்க முடியும்?

ஜெனரல் கியாப்: ஒருவாரம்.

ஹோசி மின்: நகருக்கு வெளியே உள்ள கிராமங்களுக்குப் பின்வாங்கினால் எவ்வளவு நாள் போரிட முடியும்?

ஜெனரல் கியாப்: ஒரு மாதம்.

ஹோசிமின்: அதற்கும் அப்பால் உள்ள காடுகளுக்கும் மலைகளுக்கும் பின்வாங்கினால் நம்மால் எவ்வளவு காலம் போரிட முடியும்?

ஜெனரல் கியாப்: உலகம் உள்ளவரை.

இது பெரும்பாலும் கற்பனையாக இருக்க வாய்ப்பு உள்ளது என்றாலும் சாரம்சத்தில் இதுதான் மாவோ முன்வைத்த நீண்டகால மக்கள் யுத்தக் கோட்பாடு.

அதே போல விவசாயிகள், தொழிலாளர்களால் மட்டுமே புரட்சியை சாதித்துவிட முடியாது என்பதையும் அவர் உணர்ந்திருந்தார். நடுத்தர வர்க்கம், சிறு முதலாளிகள், சிறு, நடுத்தர விவசாயிகள், வெளிநாட்டு மூலதனத்தால் பாதிக்கப்படும் உள்ளூர் முதலாளிகள் (தேசிய முதலாளிகள்) ஆகியோர் இணைந்தே பன்னாட்டு முதலாளிகளோடு இணைந்து நாட்டைக் காட்டிக் கொடுத்துவரும் தரகு முதலாளிகளையும், மிகவும் பிற்போக்கான நிலப்புரபுக்களையும் ஒழித்து புரட்சியை சாதிக்க முடியும். அது சோஷலிச புரட்சி அல்ல. பல்வேறு வர்க்கங்கள் இணைந்து நடத்தும் புதிய ஜனநாயகப் புரட்சி என்றார் மாவோ.

இந்தியாவில் மா லெ இயக்கம் மாவோவைத் தலைவராக ஏற்றுக் கொண்டதாக இருந்தபோதிலும் அதீத உணர்வெழுச்சியுடன் தன்னிலை மறந்து இயங்குவதாகவும் இருந்தது. மாவோ குறிப்பிட்ட முக்கியமான ஒரு அம்சம் ஆளும் வர்க்கங்களுக்குள்ளும் முரண்பாடு இருக்கிறது. அதை ஒரு பாட்டாளி வர்க்கக் கட்சி பயன்படுத்த வேண்டுமென்பதாகும். மற்ற வர்க்கங்களையும் இணைத்து செயல்பட வேண்டும் என்றும் மாவோ கூறினார்.

இவையனைத்தும் மா லெ இயக்கத்தால் புறக்கணிக்கப்பட்டன. கெரில்லாத் தளமாக மாற்றவும் ஆயுதப் போராட்டம் நடத்தவும் ஏதுவான இடங்களா என்ற கவலை இல்லாமலேயே வாய்ப்புக் கிடைத்த இடங்களில் ஆயுதப் போராட்ட முயற்சிகள் மேற்கொள்ளப்பட்டன. தொழிற்சங்கங்கள், மாணவர், இளைஞர் அமைப்புகள் அனைத்தும் முற்றிலும் புறக்கணிக்கப்பட்டன. *Expand anywhere and everywhere* என்பதே சாருவின் முழக்கமாகும்.

சாரு மஜூம்தாரின் மரணத்துக்குப் பிறகு கட்சியில் இது குறித்து விரிவான விவாதங்கள் நடந்தன. மகாதேவ் முகர்ஜியின் தலைமையிலான ஒரு பிரிவு சாருவின் பாதையை அப்படியே தொடர விரும்பியது. சத்யநாரயண் சிங் தலைமையிலான பிரிவானது ஆயுதப் போராட்டத்தைக் கைவிட்டு மக்களைத் திரட்டும் வழியில் செல்ல முடிவுசெய்தது. இந்த இரண்டு வழிகளுக்கும் நடுவே மூன்றவதாக ஒரு பாதையைத் தேர்வு செய்தது சர்மா தலைமையிலான குழு. இக்குழுவில்தான் கொண்டப்பள்ளி சீத்தாராமைய்யா இருந்தார்.

கொண்டபள்ளி சீத்தாராமையா பழைய ஆந்திராவின் கிருஷ்ணா மாவட்டத்தில் 1914 ஆம் ஆண்டு பிறந்தார். தெலங்கானாப் புரட்சியின் போது ஒன்றுபட்ட கம்யுனிஸ்ட் கட்சியின் கிருஷ்ணா மாவட்டச் செயலராக இருந்து எழுச்சியில் தீவிர பங்காற்றினார். 1964 ஆம் ஆண்டு கட்சி உடைந்த போது சீதாராமைய்யா அரசியலில் இருந்து விலகி ஆசிரியராகப் பணியாற்றத் தொடங்கினார். நக்சல்பாரி எழுச்சி தொடங்கியதும் அதில் இணைந்து கொண்டார். நக்ஸல்பாரி இயக்கம் பல துண்டுகளாக உடைந்ததும் சென்ட்ரல் ஆர்கனைசிங் கமிட்டி சி பி ஐ எம் எல் என்ற அமைப்பில் இணைந்து அதன் மூன்று மாநிலக்குழு உறுப்பினர்களில் ஒருவரானார்.

இக்குழுவின் தலைவர் ஜகஜித் சிங் சோஹல் மக்கள் திரள் போராட்டங்கள், ஆயுதப்போராட்டம் இரண்டையும் இணைக்கும் வழியை முன்மொழிந்தார். சீனாவின் தலைவர் எங்கள் தலைவர் என்பதைப் போன்ற முழங்கங்களை மறுதலித்தார். இந்தக் குழு பலவேறு மாநில குழுக்களுடன் தொடர்பு கொண்டு கட்சியை சீரமைக்க முயன்றது. பல்வேறு மாநிலங்களை சேர்ந்த நக்சல் குழுக்கள் இத்துடன் இணைந்த போதும் எல்லோரையும் ஒரே

அமைப்பாகத் திரட்டி நடத்திச் செல்லும் வல்லமையை இந்தக் குழு பெற்றிருக்க வில்லை. அப்பலசூரி போன்ற தலைவர்கள் தேர்தலில் பங்கெடுக்க வேண்டுமென்றும் கோரினர்.

1977 ஆம் ஆண்டு கொண்டபள்ளி சீத்தாராமையா ஏராளமான தோழர்களுடன் இக்குழுவிலிருந்து வெளியேறினார். பின்பு அவர் இந்தியா முழுவதும் சுற்றுப் பயணம் செய்து ஒத்த கருத்துடைய இயக்கங்களை சந்தித்து ஒற்றுமைக்கான முயற்சிகளை தொடங்கினார். அடுத்த சில மாதங்களில் கொண்டபள்ளி சீத்தாராமையா தலைமை தாங்கிய ஆந்திரக் கமிட்டியும், தமிழ் நாட்டில் இயங்கிய கூட்டக் குழு என்ற குழுவும் இணைந்து சி பி ஐ (எம் எல்) (மக்கள் யுத்தம்) என்ற கட்சி உருவாக்கின.

நிற்க நேரமின்றி காட்டாறு போல ஓடிக் கொண்டிருந்த நக்சல் அமைப்புகளில் நின்று நிதானித்து ஆழமாகச் சிந்தித்து இயக்கத்தை வேர்பிடிக்கச் செய்தவர் கொண்டபள்ளி சீத்தாராமையாதான். எழுச்சி, அழிவு பிளவு என்று மட்டுமே இயங்கிக் கொண்டிருந்த நக்ஸல்பாரி அமைப்புகளின் பல பிரச்சினைகளுக்குத் தீர்வு கண்டவரும் கொண்டபள்ளி சீத்தாராமையாதான்.

வாய்ப்புக் கிடைந்த இடத்திலெல்லாம் அமைப்பு உருவாக்குவது, ஆயுதப் போராட்டத்தில் ஈடுபடுவது என்ற நிலையை மாற்றி ஆயுதப் போராட்டத்தில் இறங்குவதற்கு ஏற்ற சூழல் எங்கே இருக்கிறதோ அங்கே அமைப்பு உருவாக்குவது என்ற திசைவழியை அவரே முன்வைத்தார். கெரில்லாப் போர் நடத்துவதற்கு ஏற்ற ஒரு பக்தியை முதலில் தேர்ந்தெடுக்க வேண்டும் (Perspective area), இந்தப் பகுதியில் கெரில்லாப் போர் நடத்துவதற்கான குழுக்களை உருவாக்கி தொடர்ச்சியான தாக்குதல்கள் மூலம் அப்பகுதியை கெரில்லா மண்டலமாக மாற்ற வேண்டும் (guerrilla zone), பின்பு அந்தப் பகுதியை அரசின் பிடியில் இருந்து முழுமையாக விடுவிக்க வேண்டும் (Liberated zone) என்று திட்டமிட்ட முறையில் அமைப்பு இயங்க வேண்டும் என்று வரையறுத்தார்.

கெரில்லாக் குழுக்களும் கூட முதலில் தங்கள் பலத்துக்கு ஏற்ற அளவில் சிறு தாக்குதல்களில் ஈடுபடும். பின்பு பல குழுக்கள் இணைந்து இயங்கி நகரும் போர்முறைக்கு (Mobile warfare)க்கு மாறிச் செல்லும். அதன் பின்பே ஒரு பகுதி விடுவிக்கப்படும்,

புரட்சி அலையலையாகவே முன்னேறும், முன்னேறும் போதே பின்வாங்கவும் தயாராக இருக்க வேண்டும், உடனடித் தீர்வுகள் சாத்தியமில்லை. விடாப்பிடியான நீண்டகால மக்கள் யுத்தமே இறுதி விடுதலையைத் தரும் என்றார் கொண்டபள்ளி சீத்தாராமையா. இது மாவோயிச போர்த்தந்திரங்களின் பாடப்புத்தக வடிவமாகும். மாவோவின் ராணுவ தந்திரங்களை இந்திய நிலைமைகளுக்குப் பொருத்தியதில் கொண்டபள்ளி சீத்தாராமையாவின் தனித் திறன் வெளிப்பட்டது.

ஆயுதப் போராட்டம் என்பது நோக்கமாக இருந்தாலும் உள்ளூர் சட்டங்களும் அரசு அமைப்பும் அனுமதிக்கும் எல்லைவரை சட்டபூர்வமான போராட்ட வடிவங்களைப் பயன்படுத்துதல், மக்கள் அமைப்புகளை உருவாக்குதல் போன்ற புதிய வடிவங்களை பரிசீலித்துப் பார்க்கும் முறையையும் அவர்தான் உருவாக்கினார். முடிந்தவரை அரசுடனான நேரடி மோதல்களைத் தவிர்ப்பது, அரசின் அதிகாரம் எட்டாத, நிலப்பிரபுக்களின் ஆதிக்கத்தில் உள்ள கிராமங்களில் முதலில் அமைப்புகள் உருவாக்குவது என்று சீத்தாராமையா உருவாக்கிய மக்கள் யுத்தக் கட்சி இயங்கியது. அரசின் போலீசையும் ராணுவத்தையும் விட நிலப்பிரபுக்களின் அடியாட்படைகள் பலவீனமானவை. எடுத்தவுடன் போலீசுடன் மோதுவது பெரிய சேதத்தைத் தரும். எனவே நிலப்பிரபுக்களின் ஆதிக்கத்திலுள்ள பகுதிகளில் அமைப்பு உருவாக்கும் போது அவர்களின் அடியாட்களைச் சந்தித்தால் போதும். நிலப்பிரபுக்கள் முழுமையாகத் தோற்கடிக்கப்படும் போதே இந்தப் பகுதிகளுக்கு அரசு தனது படைகளை அனுப்பும். இதற்குள் கெரில்லா படைகள் தங்களை நிலைப்படுத்திக் கொள்ளவும், வலிமைப்படுத்திக் கொள்ளவும் நேரம் கிடைக்கும் என்பதே இந்தத் தந்திரத்தின் அடிப்படையாகும்.

கட்சியின் அரசியலை விட்டு விலகாமல் புதுபுது வடிவங்களையும், பிரச்சார முறைகளையும் பரீட்சித்துப் பார்க்க இடமளித்தவர் கொண்டபள்ளி சீத்தாராமைய்யா. அதுவரை விவசாயிகளின் காதுகளில் கிசுகிசுப்பது, துண்டுப்பிரசுரம் வெளியிடுவது, பொதுக்கூட்டங்கள் நடத்துவது என்று இருந்த நக்சல் பிரச்சார உத்திகளில் பெரும் பாய்ச்சலை நிகழ்த்தியவர் இவர்.

கத்தார் போன்றவர்கள் தெலங்கானா கிராமங்களில் மக்களிடையே வழக்கத்திலிருந்த புர்ர கதா, கேல் என்ற நாட்டிய நாடக வடிவம்

ஆகியவற்றை எடுத்துக்கொண்டு அவற்றின் மூலம் புரட்சிகர அரசியலை பிரச்சாரம் செய்யும் உத்தியை செயல்படுத்திய போது அதை ஆர்வத்துடன் ஆதரித்து ஊக்குவிக்கும் நெகிழ்வுத் தன்மை கொண்டபள்ளி சீதாராமைய்யாவிடமிருந்தது. நக்ஸல்பாரி இயக்கம் ஒற்றைப் பரிமாணம் கொண்ட வறட்டு இயக்கம் என்ற தோற்றத்தை மாற்றியது மக்கள் யுத்தக் கட்சி. இக்கட்சி உருவாக்கிய புரட்சிகர எழுத்தாளர் சங்கத்தில் வரவர ராவ், கல்யாண் ராவ் உள்ளிட்ட பல கவிஞர்களும், எழுத்தாளர்களும் முக்கிய பங்காற்றினர். எண்ணற்ற நாவல்களும், கட்டுரைகளும், கவிதைகளும் வெளியாகின. சாகேத் ராஜன் போன்ற அற்புதமான வரலாற்றறிஞர்களும், அறிவியலாளர்களும் கட்சியின் முக்கிய பொறுப்புகளில் இருக்க முடிந்தது.

ஸ்ரீகாகுளத்தில் ஆயுதப் போராட்டம் முழுமையாகத் தோற்கடிக்கப்பட்டதும் கொண்டபள்ளி சீத்தாராமைய்யா இருந்த சிபிஐ எம் எல் ஆந்திர மாநில குழு தெலங்கானா பகுதியில் கவனம் செலுத்தத் தொடங்கியது. அந்தப் பகுதி கெரில்லா மண்டலமாக வளர்த்தெடுக்க ஏற்ற பகுதி, தேர்ந்தெடுக்கப்பட்ட பகுதி என்று கட்சி கருதியது. இந்தப் பகுதிகளில் ஜமீன்தார்கள் ஆயிரக்கணக்கான ஏக்கர் நிலங்களை வைத்திருந்தனர். விவசாயம் வணிகமயமாகி விளை பொருட்களை பெருநகரங்களில் விற்று லாபம் ஈட்ட வாய்ப்புகள் அதிகரித்ததும் நிலப்பிரபுக்கள் பண்ணையாட்களின் வேலை நேரத்தை அதிகரித்தனர். ஆண்டையின் நிலத்தில் கூலி இல்லாமல் வேலை செய்யும் வெட்டி என்ற முறை ஏற்கெனவே குத்தகை விவசாயிகளைக் கசக்கிப் பிழிந்து வந்தது. தவிர பசுமைப் புரட்சியின் போது அரசு பல நீர்ப்பாசன திட்டங்களை உருவாக்கியது. எனவே நிலப்பிரபுக்களின் பாசன நிலங்களின் பரப்பு அதிகரித்தது. அதனால் அவர்களுக்கு அதிக வேலையாட்கள் தேவைப்பட்டது. நிலப்பிரபுக்களின் லாபம் அதிகரித்த போதிலும் அவர்கள் பண்ணையாட்களுக்கும், குத்தகை விவசாயிகளுக்கும் உரிய ஊதியம் கொடுக்க பிடிவாதமாக மறுத்து வந்தனர்.

ஏற்கெனவே இருந்து வந்த அடக்குமுறையுடன் இந்த புதிய கொடுமைகளும் ஒரு வெடிப்புக்கான சூழலை ஏற்படுத்தியிருந்தன. தெலங்கானாவில் ஏற்கெனவே ஒரு மாபெரும் எழுச்சி நடந்த அனுபவமுமிருந்தது. இரண்டாவது, மூன்றாவது தலைமுறை

பொதுவுடமையாளர்கள் இங்கே ஏராளமாகவிருந்தனர். மக்களுக்கு அரசியல் உணர்வூட்டவும், அவர்களைப் போர்க்குணம் கொண்டவர்களாக வளர்த்தெடுக்கவும் சாதகமான சூழ்நிலை நிலவியது. நக்சல்பாரி இயக்கத்தின் ஆந்திர மாநிலக் கமிட்டி ஏற்கெனவே தெலங்கானா பகுதிகளில் வேலை செய்து வந்தாலும் கொண்டபள்ளி சீத்தாராமைய்யா அந்தப் பகுதியை கெரில்லாப் போராட்டத்துக்கான தளமாக வளர்த்தெடுக்கவும், மக்கள் ஆதரவுத் தளத்தை விரிவு படுத்தவும் திட்டவட்டமான முயற்சிகள் மேற்கொண்டார். அப்பகுதி மக்களை அணிதிரட்ட ரயது கூலி சங்கம் என்ற அமைப்பு உருவாக்கப்பட்டது.

அடிலாபாத், கரீம்நகர் மாவட்டங்களின் கிராமப் பகுதிகளில் கூலி, ஏழை விவசாயிகளுக்கு மாலை நேர வகுப்புகள் நடத்தப்பட்டன. இயக்க ஆதரவாளர்களும் அரசியல் பயிற்சியளிக்கப்பட்டவர்களுமான பள்ளி, கல்லூரி மாணவர்களைக் கொண்டு கிராமங்களுக்குச் செல்வோம் இயக்கம் நடத்தப்பட்டது. அங்கே தீவிரமாக இயங்கி வந்த முற்போக்கு மாணவர் சங்கத்தைச் சேர்ந்த மாணவர்கள் சிறு குழுக்களாக கிராமங்களுக்குச் சென்று கலை நிகழ்ச்சிகள் நடத்தி விவசாயிகள் நடுவே புரட்சிகர அரசியலைப் பிரச்சாரம் செய்தனர். ரயத்து கூலி சங்கத்தில் இணையும் படி விவசாயிகளிடம் கோரிக்கை விடுத்தனர்.

வங்கபந்து, கத்தார் நரசிங்க ராவ் ஆகியோர் இணைந்து ஜன நாட்டிய மண்டலி என்ற கலைஇலக்கிய அமைப்பை புதிதாக உருவாக்கினர். ஜன நாட்டிய மண்டலி பின்பு இந்திய புரட்சியின் முன்னணிப்படை என்றழைக்கப்பட்டது. இந்த அமைப்பின் செயல்பாடுகளின் காரணமாக புரட்சிகர அழகியல் என்ற ஒரு தனி வகைமையே தெலுங்கு இலக்கியத்தில் உருவானது. ஜன நாட்டிய மண்டலி தனது பாடல்கள், நிகழ்ச்சிகள் மூலம் புரட்சிகர அரசியலை அந்தப் பகுதி முழுவதும் பரவலாக எடுத்துச் சென்றது. ஜனநாட்டிய மண்டலியைச் சேர்ந்த கலைஞர்கள் ஒவ்வொரு கிராமமாகச் சென்று கலை நிகழ்ச்சிகள், கூட்டங்கள் நடத்தி மக்களை புரட்சிகர அரசியலின் பால் ஈர்த்தனர்.

செக்கச் சிவந்த நிறத்தில் அலங்கரிக்கப்பட்ட மேடையில் வேட்டியும், விவசாயிகளின் போர்வையும், ஆளுயரக் கம்புமாகத் தோன்றி “கொண்டலு பகலேசினம்- மலைகளையே பிளந்துட்டோம், பாறைகளைப் பிழிந்திட்டோம் ரத்தத்தையே

கலவையாக்கி அணைகளையே கட்டினோம், உழைப்பு யாருது செல்வம் யாருது என்று இடிக்குரலில் முழங்கும் கலைஞனின் உருவம் நக்ஸல்பாரி பிரச்சாரத்தின் அடையாளமானது.

இந்தப் படலக்கள் மக்களுக்கு மிக அறிமுகமான மொழியில் எளிமையான கேள்விகளை வைத்தன. அவர்களை அமைப்பாகச் செயல்படத் தூண்டின. அமைப்பை மக்களுக்கு மிக அருகில் கொண்டு சென்றன. நிகழ்வின் இறுதியில் சுற்றி நின்று மக்களை அச்சுறுத்திக் கொண்டிருக்கும் போலீஸ்காரர்களுக்கும் கத்தார் சில பாடல்கள் வைத்திருப்பார்.

எஸ் பிக்கும் டிஸ்பிக்கும் அழகழகா பங்களா இருக்கு
குதிரலாயம் போன்ற குவார்ட்டார்ஸில் உங்குடும்பம்
ஓண்டிக் கெடக்குது
நீயும் நானும் ஒண்ணா சேர்ந்துட்டா ஓ போலீசண்ணா...

என்ற பாடல் உள்ளூர்க் காவலர்களை நக்சல் எதிர்ப்பு நடவடிக்கைக்கு அரசு பயன்படுத்தி வந்த காலங்களில் மிகவும் பிரபலமாகவிருந்தது. அந்தக் காலங்களில் மக்களிடையே மூடநம்பிக்கைகளைப் பரப்பி வந்த சத்ய சாய்பாவைக் கிண்டல் செய்தும் அம்பலப்படுத்தியும் ஜனநாட்டிய மண்டலி நிகழ்ச்சிகளை நடத்தியது. புரட்சிக்கு உக்கிரமாக அறைகூவி அழைப்பதற்கு எந்த அளவுக்கு ஜன நாட்டிய மண்டலி முக்கியத்துவம் கொடுத்ததோ அதே அளவுக்கு சற்றே குறும்பும் வேடிக்கையும் விளையாட்டும் கலந்த மொழியில் உள்ளூர் அரசியல் பேசுவதற்கும் இடமளித்தது.

ஜகித்யாலா தாலுக்காவில் முதல் வெடிப்பு நிகழ்ந்தது. கட்சி முதலில் நிலப்பிரபுக்கள் மேல் நேரடித் தாக்குதல் நடத்தவில்லை. புறம்போக்கு நிலங்கள், நிலப்பிரபுக்கள் சட்டவிரோதமாக ஆக்கிரமித்திருந்த நிலங்கள் ஆகியவற்றைக் கைப்பற்றி நிலமற்ற மக்களுக்கு வினியோகிக்கும் நடவடிக்கையைத் தொடங்கியது. இது அப்ராம் ஜோஹ் அதாவது வன்முறை விவசாயம் என்று அரசால் அழைக்கப்பட்டது. இந்தச் சிறிய அளவு சமரசத்தை கூட நிலப்பிரபுக்கள் செய்து கொள்ள மறுத்தனர். தங்கள் எண்ணற்ற அடியாட்களைக் கொண்டு மக்கள் மீதும் கட்சித் தோழர்கள் மீதும் கடும் தாக்குதல்கள் நடத்தினர்.

நிலப்பிரபுக்களின் அடக்குமுறையையும் சுரண்டலையும் இனிமேலும் சகித்துக் கொள்ள முடியாது என்ற நிலையில் ஆயிரமாயிரம் விவசாயிகள் கிளர்ந்தெழுந்தனர். அடியாட்படைகள் துவம்சம் செய்யப்பட்டன. போலீஸ் இந்தப் பெருங்கோபத்தைக் கண்டு தலையிடத் தயங்கி தங்கள் காவல் நிலையங்களுக்குள் முடங்கியது. இது போன்ற கோபத்தையும், ஒற்றுமையையும் முன்கண்டிராத அடியாட்கள் கிராமங்களை விட்டு ஓட்டம் பிடித்தனர். பிடிபட்ட அடியாட்கள் மக்கள் நீதிமன்றங்களில் நிறுத்தப்பட்டு தண்டிக்கப்பட்டனர். தங்களை துரைகள் என்றழைத்துக் கொண்டு குறுநில மன்னர்களைப் போல நடமாடி வந்த ஆண்டைகளின் ஆதிக்கம் தவிடுபொடியானது. துரைகளை மக்கள் கிராமங்களை விட்டு விரட்டியடித்தனர். பெரும் பண்ணைகளின் நிலங்கள் தரிசாகக் கிடந்தன. பிரம்மாண்டமான மாளிகைகள் வெறிச்சோடிப் போயின.

ஜகித்யாலா எழுச்சி சிர்சில்லா, லோட்டனூரு, மாத்தனூரு, சின்ன மேட்டுப்பள்ளி என்று விரிந்து பரவியது. அதுவரை துரைகளின் வீடுகளில் கொத்தடிமையாக இருப்பது அல்லது தண்டம் கொடுப்பது என்பதைத் தவிர வேறு எதையும் அறியாதிருந்த மக்கள் துரைகளை சமூகப் புறக்கணிப்புச் செய்தனர். அவர்களுக்கு உணவும் நீரும் மறுக்கப்பட்டன.

"ஜகித்யாலா விவசாயிகள் போராட்டத்தில் ஒரு மைல்கல்லானது. தெலுங்கு இலக்கியம் ஜகித்யால் இயக்கத்தால் செழுமைப்பட்டது. நவீன படைப்பிலக்கியத்தின் தவிர்க்க முடியாத அங்கமாகி விட்டது ஜகித்யாலா" (பழங்குடி மொழிகளில் புரட்சிகர இலக்கியம்).

அரசு இன்னொரு ஸ்ரீகாகுளம் உருவாகிவிடும் வாய்ப்பு உள்ளதென்று பயந்து விரைந்து இயங்கியது. ஜகித்யாலா, சிர்சில்லா தாலுக்காக்கள் கலவரப் பகுதிகளாக அறிவிக்கப்பட்டன. புதுபுது காவல் நிலையங்களும், முகாம்களும் திறக்கப்பட்டன. போலீஸ் கிராமங்களைத் தங்கள் கட்டுப்பாட்டில் எடுத்துக் கொண்டு துரைகளை மீண்டும் அவர்களின் மாளிகைகளில் அமர்த்த முயன்றது. ஆனால் கோபம் கொண்ட மக்கள் மீண்டும் மீண்டும் மாளிகைகள் மீது தாக்குதல் நடத்தினர். போலீஸ் மக்கள் மீது பதில் தாக்குதல்கள் நடத்தியது.

துரைகள் தாக்குப்பிடிக்க முடியாமல் திரும்பவும் நகரங்களுக்கு ஓடினர். அரசு மேலும் போலீஸ் படைகளைக் குவித்தது. எழுபதுகளில் நக்சல்பாரி எழுச்சியின் போது கலகம் மையம் கொண்டுள்ள கிராமங்களை அரச படைகள் தாக்கும் போது பதிலுக்குத் திருப்பித் தாக்கி ஆயுதப் போராட்டத்தை முன்னெடுத்துச் செல்வதே வழக்கமாகவிருந்தது. இது பேரழிவை விளைவித்தது.

மக்கள் யுத்தக் கட்சி தெலங்கானாவிலும், தமிழ் நாட்டிலும் வேறுவிதமான அணுகுமுறையைக் கடைப்பிடித்தது. சரியான தயாரிப்பு இல்லாமல், சூழல் இல்லாமல் அரச படைகளின் மீது பதில் தாக்குதல் நடத்துவது என்பது அழிவையே கொண்டு வரும். அதற்கு பதில் மேலும் பல தளப்பிரதேசங்களை உருவாக்கி அடக்குமுறையைச் சிதறடிப்பதே சிறந்த வழி என்று கட்சி கருதியது. பீடம்பள்ளி, மந்தனி, ஹுசூராபாத், பரகலா, ஜனகம், காமாரெட்டி, பத்ராசலம், சிங்கரேணி, லக்ஸேத்திபெட், கானாபூர், சிர்பூர் ஆகிய பகுதிகளுக்கு இயக்கத்தை விரிவுபடுத்தியது.

சிங்கரேணி என்பது மிகப் பெரிய நிலக்கரி சுரங்கங்கள் உள்ள பகுதியாகும். சுமார் ஒரு லட்சம் மக்கள் இங்கே பணி செய்து வந்தனர். மக்கள் யுத்தக் கட்சி இங்கே சிங்கரேணி கார்மிக சமக்யா (Singareni Karmika Samakya) என்ற தொழிற்சங்கத்தை வெற்றிகரமாகக் கட்டியெழுப்பியது. இது பழைய நக்ஸல் பாதையிலிருந்து மிகப் பெரிய முறிவு ஆகும். சாரு தொழிற்சங்கங்கள் அமைப்பதை எதிர்த்தார். அவை பொருளாதாரப் போராட்டங்களுக்கானவை என்ற கருத்தே பழைய பாணி அமைப்புக்கு இருந்தது.

சிகாஸா தனது முதல் மாநாட்டை கோதாவரிக்கனி என்ற இடத்தில் 1982 ஜூனில் நடத்தியது. சுரங்கங்களில் அதுவரை புறக்கணிப்பட்டு வந்த பணிப்பாதுகாப்பு, வேலை செய்யும் நிலைமைகளில் முன்னேற்றம், கூலி, ஆகியவற்றுக்காக சிகாஸா தொடர்ந்து போராடியது. இங்கு 56 நாட்கள் நடந்த வேலை நிறுத்தம் மிக முக்கியமானதாகும். சுரங்கப்பகுதிகளில் மது விற்பனையை தடை செய்யவும் சிகாசா தொடர்ந்து போராடியது. ஒப்பந்ததாரர்கள் சுரங்கத் தொழிலாளர்களைக் கொள்ளையடிப்பது, அடியாட்களை வைத்து மிரட்டுவது

ஆகியவற்றுக்கு முடிவு கட்டியது சிகாஸா.

சிகாஸா 1992 ஆம் ஆண்டு தடை செய்யப்பட்டது.

கட்சி ஆயுத நடவடிக்கைகளைத் தவிர்க்க முயன்றாலும் மக்கள் எழுச்சிகளின் போது அழித்தொழிப்புகள் தவிர்க்க முடியாதவையாகவிருந்தன. அதுவரை அடக்கி வைக்கப்பட்டிருந்த கோபம் பேரலையாக வெடித்து சுற்றிலுமிருந்த அனைத்தையும் எரித்துச் சாம்பலாக்கிக் கொண்டிருந்தது.

அரசால் கிராமங்களில் தனது அதிகாரம் தகர்வதை நீண்டநாட்களுக்குப் பொறுத்துக் கொண்டிருக்க முடியாது, இது நிச்சயம் கட்சி பணி செய்யும் அனைத்து பகுதிகளிலும் அரசு அடக்குமுறையைக் கொண்டு வந்தே தீரும் என்பதை கொண்டபள்ளி சீத்தாராமைய்யா உணர்ந்திருந்தார். அதுவரை ஆயுதப் போராடடத்தைத் தவிர்த்து வந்தாலும் அது இனிமேலும் தவிர்க்க முடியாத கட்டத்தை நெருங்கிக் கொண்டிருக்கிறது என்பதும் துலக்கமாகத் தெரிந்தது. நிலப்பிரபுக்களின் அடியாட்படைகள் ஏறக்குறைய முறியடிக்கப்பட்டு விட்டன. நிலப்பிரபுக்கள் முழுமையாக அரசையும் போலீசையும் சார்ந்து இருக்கத் தொடங்கினர். ஒவ்வொரு போராட்டத்திலும் போலீஸ் தலையிட்டது. கிராமங்களைத் தங்கள் முழுக்கட்டுப்பாட்டில் கொண்டு வந்தது.

மக்கள் யுத்தக் கட்சியானது கிராமங்களில் தான் உருவாக்கியிருந்த ஊர்சபைகள், பகிர்ந்து அளித்திருந்த நிலங்கள், எழுச்சியின் போது எட்டப்பட்ட சுதந்திரம், விடுவிக்கப்பட்ட கொத்தடிமைகள், பொருளாதார வளர்ச்சி ஆகியவற்றைப் பாதுகாக்க வேண்டியிருந்தது. எனவே அரச படைகளை நேரடியாக எதிர்கொள்ள வேண்டிய சூழல் வந்தே வந்துவிட்டது.

எழுச்சி நடந்து மக்களின் அதிகாரம் நிலைநாட்டப்பட்ட இடங்களில் அரசு போலீஸ், துணைராணுவப் படைகள் ஆகியவற்றைக் கொண்டு பெரும் தாக்குதல் நடத்தும் போது கெரில்லாக் குழுக்களால் அவற்றைத் தடுத்து நிறுத்த முடியாது. எண்ணிக்கையிலும் ஆயுத பலத்திலும் பெரும் வலிமைகொண்ட படைகளை நேரடியாக எதிர்த்து நிற்பது என்பது பேரழிவையே ஏற்படுத்தும். எனவே குறிப்பிட்ட சிலரைத் தவிர பெரும்பாலான

ஆயுதக் குழுக்கள் போர்ப் பகுதிகளிலிருந்து பின்வாங்குவதே ஆயுதப் போராட்ட அமைப்பு தனது பலத்தையும் அணிகளையும் காத்துக் கொள்ளும் வழியாகும். வெற்றி அல்லது வீர மரணம் என்ற மரபுரீதியிலான போர் முழக்கம் கெரில்லா போராட்டத்துக்கு பொருந்தாததாகும். அரசின் தாக்குதல் கடுமையாக இருக்கும் போது அந்தப் பகுதிகளிலிருந்து பின்வாங்குவதும், பின்பு சாதகமான சூழல் ஏற்பட்டதும் முன்னேறுவதும் உலகம் முழுவதும் கெரில்லா இயக்கங்கள் கடைப்பிடித்து வரும் செயல் தந்திரமாகும்.

நக்ஸல்பாரி, ஸ்ரீகாகுளம், போஜ்பூர், கோபிபல்லப்பூர் போன்ற இடங்களில் தோன்றிய எழுச்சிகள் அடக்கப்பட்டதற்குக் காரணம் அரசு பதில் தாக்குதல் நடத்தும் போது புரட்சிகர குழுக்களும், கட்சியும் பின்வாங்க பாதுகாப்பான இடமில்லாதிருந்ததாகும் என்ற முடிவுக்கு சீத்தாராமையா வந்தார். 1940க்களின் இறுதியில் நடந்த தெலங்கானா புரட்சியின் போது இதே போன்ற சூழலை இந்திய பொதுவுடமைக் கட்சி எதிர்கொண்டது.

தெலங்கானா புரட்சியின் போது இந்திய பொதுவுடமைக் கட்சி வடக்கு நோக்கி, அதாவது காடுகள் நிறைந்த மத்திய பிரதேசத்தின் பஸ்தர் மாவட்டத்தை நோக்கி பின்வாங்குவது என்று முதலில் முடிவு செய்திருந்தது. ஆனால் அந்தப் பகுதிகளை ஆய்வு செய்ய அனுப்பப்பட்ட குழுவானது அங்கே உள்ள மக்கள் மிக மிக பின்தங்கி உள்ளனர். அங்கு வாழ்பவர்கள் வெளியுலகத் தொடர்பே இல்லாத, ஆடை கூட அணியாத பழங்குடி மக்கள். சமவெளிப்பகுதி மக்களுக்கு அறிமுகமற்ற பல்வேறு மொழிகள் பேசுபவர்கள். அவர்களுடன் தொடர்பு கொள்வது சாத்தியமற்றது. தவிர மலேரியா போன்ற நோய்கள் நிறைந்ததாக உள்ளது அந்தப் பகுதி, எனவே அங்கே கட்சி அமைப்புகள் உருவாக்குவதும், அங்கு பின்வாங்கும் தோழர்கள் தாக்குப் பிடித்து நிற்பதும் சாத்தியமில்லை என்று அறிக்கையளித்தது. (வீரத் தெலங்கான்-சுந்தரய்யா). எனவே இந்திய பொதுவுடமைக் கட்சியானது தெற்கு நோக்கி அதாவது கிழக்கு கோதாவரி காடுகளுக்குப் பின்வாங்குவது என்று முடிவு செய்தது.

கிழக்கு கோதாவரி காடுகள் பல ஆயிரம் கெரில்லா வீரர்கள் நிலைகொள்வதற்கு ஏற்றவையல்ல. அரசு படைத்தளங்களுக்கும்,

சாலை வசதியுள்ள இடங்களுக்கும் அருகேயுள்ளது அந்தப் பகுதி. எனவே கட்சி கடும் சேதத்தை சந்தித்தது.

இதை ஆய்வு செய்த கொண்டபள்ளி சீத்தாராமைய்யா என்ன விலை செலுத்தியாவது வடக்கே பஸ்தர் உள்ளிட்ட தண்டகரண்யக் காடுகளை நோக்கியே பின்வாங்க வேண்டும் என்று முடிவு செய்தார். என்ன காரணங்களால் இந்தியப் பொதுவுடமைக் கட்சி பஸ்தர் பகுதிக்கு பின்வாங்குவது சாத்தியமில்லை என்று கருதியதோ அதே காரணங்களால்தான் அது பின்வாங்க ஏற்ற பகுதி என்று மக்கள் யுத்தக் கட்சி தீர்மானித்தது.

தண்டகாரண்யம்

பஸ்தர் உள்ளிட்ட தண்டகாரண்யம் என்னும் மத்திய இந்திய பழங்குடிப் பகுதியில் எப்படி மக்கள் யுத்தக் கட்சியால் மிக விரைவில் புரட்சிகர அமைப்புகளை உருவாக்க முடிந்தது என்பதைப் புரிந்து கொள்ள பழங்குடி பகுதிகளின் அண்மைக்கால வரலாற்றைப் புரிந்து கொள்வது அவசியம்.

இந்திய துணைக்கண்டம் முழுவதும் உள்ள மலைகளிலும் காடுகளிலும் சமவெளிப்பகுதிகளுக்கு முற்றிலும் மாறான ஒரு வாழ்க்கை முறை இருந்தது.

கடல் எப்படி எல்லோருக்கும் பொதுவானதோ அதே போல மலைகளில் இருந்த நிலமும், வனமும் நீர்நிலைகளும் சமூகம் முழுமைக்கும் பொதுவாகவிருந்தன. ஒரு குறிப்பிட்ட வனப்பகுதியின் மேல் ஒரு குறிப்பிட்ட பழங்குடி இனத்துக்கு சிறப்பு உரிமைகள் இருந்தாலும் அது வனப்பகுதியை கால்நடை மேய்ப்பவர்களுடனும், மற்ற பழங்குடி இனங்களுடனும் சுமுகமான விதத்தில் பகிர்ந்து கொண்டது.

சமவெளிகளில் இருந்த மாபெரும் பேரரசுகளின் நில உரிமைச் சட்டங்கள், வரிவிதிப்பு ஆகியவை மலைகளில் இல்லை.

இந்த மக்களிடம் அற்புதமான காதல் வாழ்க்கை இருந்தது. சமத்துவமான ஆண்பெண் உறவுகள் இருந்தன. போட்டி பொறாமை திருட்டு வறுமை மனநோய், வன்முறை இதற்கெல்லாம் இடமே இல்லாத அமைதியான வாழ்க்கை. ஒவ்வொரு பழங்குடி இனமும் தனக்கேயுரிய மொழியைக்

கொண்டிருந்தது. மிக அழகான, மானுடவியல் நோக்கில் அற்புதமான வாய்மொழி இலக்கியங்கள் அந்த மொழிகளில் இருந்தன.

இருநூறு ஆண்டுகளுக்கு முன்பு இந்தியாவின் முப்பது சதவீத நிலப்பரப்பில் காடுகள் இருந்தன. அவற்றில் எண்ணற்ற பழங்குடி இனங்கள் வேட்டையாடியும் ஜூம் விவசாயம் அல்லது எரிபுனம் என்று தமிழ் இலக்கியம் கூறும் எரித்துப் பயிரிடும் முறையில் காடுகளில் சிறு நிலப்பகுதிகளில் விவசாயம் செய்து வந்தன.

இந்த மக்கள் வரி கொடுப்பதில்லை என்பதும், இந்த நிலங்களுக்கு நிலவுரிமை ஆவணங்கள் இல்லை என்பதும் பிரிட்டிஷ் அரசுக்கு வசதியாகப் போனது. பிரிட்டிஷ் ஆட்சியாளர்களின் உதவியுடன் காடுகளில் ஊடுருவிய ஜமீந்தார்களும், வணிகர்களும், வட்டிக்காரர்களும் பெரும் பெரும் காட்டுப் பகுதிகளைக் கைப்பற்றிக் கொண்டனர். அங்கு வாழந்து வந்த பழங்குடி மக்கள் இவர்களது பண்ணையடிமைகளாக மாற்றப்பட்டனர்.

பின்பு கிழக்கிந்திய கம்பெனியின் ஆட்சியில் இருந்து நேரடியாக பிரிட்டிஷ் சாம்ராஜ்ஜியத்தின் ஆட்சிக்குள் இந்தியா வந்த பின்பு 1864 ஆம் ஆண்டு இந்திய வனத்துறை உருவாக்கப்பட்டது. 1865 ஆம் ஆண்டு இந்திய வனச்சட்டம் கொண்டு வரப்பட்டது. வனப்பகுதிகளை முழுமையாக அரசின் கட்டுப்பாட்டுக்குள் கொண்டு வரவும் மரம் போன்ற வனப் பொருட்களின் வணிகத்தை வரிவிதிப்புக்குள் கொண்டு வரவும் இந்தச் சட்டம் ஏற்படுத்தப்பட்டது. இது காடுகளை அரசின் தேவைகளுக்காக ஒதுக்கி வைக்கப்பட்ட ரிசர்வ் காடுகள், பாதுகாக்கப்பட்ட காடுகள், கிராம காடுகள் என்று மூன்றுவிதமாகப் பிரித்தது. முதல் இரண்டும் நேரடியாக வனத்துறையின் கட்டுப்பாட்டின் கீழ் விடப்பட்டன. மூன்றாவதான கிராமக் காடுகள் ஜமீந்தார்கள், நிலப்பிரபுக்களால் கைப்பற்றிக் கொள்ளப்பட்டன. இதன் மூலம் இந்திய வனங்கள் நேரடியாகக் காலனி ஆட்சிக்குள் கொண்டு வரப்பட்டன.

இதன் மூலம் பழங்குடி மக்கள் வனங்களின் மீதான தங்கள் உரிமையை இழந்தனர். அவர்களது விவசாய நிலங்களும், மேய்ச்சல் நிலங்களும் வனம் என்று வகைப்படுத்தப்பட்டு வனத்துறையால் கைப்பற்றப்பட்டன. ரிசர்வ் காடுகளில் வாழ்ந்த

மக்கள் தங்கள், இருப்பிடம், உணவு உள்ளிட்ட அன்றாட வாழ்க்கைக்கு வனத்துறையை நம்பி வாழவேண்டிய நிலைக்குத் தள்ளப்பட்டனர். வனத்துறை பழங்குடி மக்களை மிரட்டியும் துன்புறுத்தியும் காடுகளில் நடக்கும் மரம் வெட்டுதல், சாலை அமைத்தல், மேலும் கட்டுமானப்பணிகளில் கூலியற்ற உழைப்பில் ஈடுபடுத்தியது. வெளியுலகத் தொடர்பற்ற அடர்ந்த காடுகளில் பழங்குடி மக்கள் வாழ்ந்தது அவர்கள் மீது அடக்குமுறை செலுத்தவும். அவர்களைச் சுரண்டிக் கொள்ளையடிக்கவும் இன்னும் வசதியான சூழலை ஏற்படுத்திக் கொடுத்தது.

அவர்களின் நில உரிமை ஒருபோதும் வனத்துறையால் அங்கீகரிப்படவில்லை. எந்த நேரமும் வெளியேறத் தயாராக இருக்கும்படியான நிலையில் லட்சக்கணக்கான மக்கள் வைக்கப்பட்டனர்.

கிராமக் காடுகள் என்று வகைப்படுத்தப்பட்ட இடங்களில் வாழ்ந்த எழுத்தறிவற்ற பழங்குடி மக்களின் நிலங்களை கீழிருந்து வந்த குடியேறிகள் மதுவகைகள் வாங்கிக் கொடுத்தும் பலவகையாக ஏமாற்றியும் பிடுங்கிக் கொண்டனர்.

இப்படி ஒவ்வொரு காலகட்டத்தில் ஒவ்வொரு வனப்பகுதி பிரிட்டிஷ் அரசின் கட்டுப்பாட்டுக்குக் கீழ் கொண்டு வரப்படும் போதும் அங்கே பழங்குடி மக்களுடனான முரண்பாடு தோன்றுவது வழக்கமானது. பழங்குடி மக்கள் பிரிட்டிஷ் காலனியாட்சியை எதிர்த்து சுமார் நூற்றி ஐம்பது யுத்தங்கள் நடத்தியுள்ளனர் என்று கணக்கிடப்படுகிறது.

இந்தப் போராட்டங்களில் கோட்பாட்டளவில் முக்கியமானது கோமுரம் பீம் வட தெலங்கானாவில் நடத்திய போராட்டமாகும். கோமுரம் பீம் ஆங்கிலம், இந்தி, உருது மொழிகள் தெரிந்தவர். அஸ்ஸாமில் தொழிற்சங்க நடவடிக்கைகளில் ஈடுபட்டவர். கோண்டு பழங்குடி இனத்தை சேர்ந்தவர்களது நிலங்கள் மீண்டும் மீண்டும் வனத்துறையால் கைப்பற்றப்பட்டதை எதிர்த்தே அவரது தலைமையிலான பழங்குடி மக்களின் போராட்டம் தொடங்கியது. இதுவரை நடந்து பழங்குடி மக்களின் போராட்டங்களுக்கு மாறாக நன்கு திட்டமிடப்பட்ட போராட்டம் இது. சுமார் 300 முழுநேர ஊழியர்களைக்கொண்டு சிறப்பாக இயங்கிய கெரில்லா படையை கோமுரம் பீம் கட்டியமைத்தார். அரசியல் ரீதியிலும்

கோமுரம் பீம் கட்டியமைத்த இயக்கம் முதிர்ச்சி பெற்றிருந்தது. அது தெலங்கானா இடதுசாரிகளுடன் தொடர்பு கொண்டிருந்தது. ஜல் ஜங்கல் ஜமீன் என்ற முழக்கம் கோமுரம் பீம் வைத்ததுதான். இவையெல்லாம் நாட்டின் விடுதலைப் போராட்ட வரலாற்றில் கணக்கிலேயே எடுத்துக் கொள்ளப்படுவதில்லை.

விடுதலைக்குப் பிறகு வனத்துறை மிகப்பெரிய வலிமை வாய்ந்த அதிகார வர்க்கமாக உருவெடுத்தது. மேலும் மேலும் பெரும்பகுதிகள் வனங்கள் என்று வகைப்படுத்தப்பட்டு வனத்துறையின் கட்டுப்பாட்டுக்குள் கொண்டுவரப்பட்டன. வனத்துறை மேலும் மேலும் காடுகளுக்குள் ஆழமாக ஊடுருவி பெரும் வனப்பரப்புகளையும், பழங்குடி சமூகங்களையும் தனது பிடிக்குள் கொண்டுவந்தது. ஒவ்வொரு ஆண்டும் பல்லாயிரம் பழங்குடி மக்கள் பஞ்சைப் பராரிகளாக காடுகளில் இருந்து வெளியேற்றப்பட்டனர். கொடும் வறுமையில் காட்டை ஒட்டிய பகுதிகளில் வாழ வேண்டிய நிலைக்குத் தள்ளப்பட்டனர்.

அவர்களது வேட்டை தடை செய்யப்பட்டது. அதே நேரம் வேட்டை இறைச்சிக்கு மாற்றாக தானிய உணவு போதுமான அளவு கிடைக்கவில்லை. ஏனெனில் அவர்களது எரித்துப் பயிரிடும் விவசாயமும் தடைசெய்யப்பட்டது. இரண்டு வேளை உணவு என்பதே பழங்குடி பகுதிகளில் வழக்கமானது. அதுவும் சத்தற்ற உணவு என்பதால் பழங்குடி பகுதிகளில் குழந்தைகள் இறப்பும், கர்ப்பிணிகள் மரணமும் பெரிய அளவுக்கு அதிகரித்தன. நோய்களும் மிக அதிகமாகி பல பழங்குடி இனங்கள் அழிவின் விளிம்பில் உள்ளன. .

பழங்குடி மக்களின் மொழிகள் அடியோடு புறக்கணிக்கப்பட்டன.

பழங்குடி மக்களுக்கு தாய்மொழி இந்தி, தமிழ், மலையாளம், கன்னடம், தெலுகு, வங்காளி என்று பள்ளிகளில் போதிக்கப்பட்டது. அவர்களது கலைகளும், கதைப்பாடல்களும் பெருமளவுக்கு மறக்கடிக்கப்பட்டன.

பஸ்தர் மாவட்டம் கேரளா அளவுள்ளது. 67 சதவீதப் பகுதி காடுகளால் நிரம்பியது. கோண்டு பழங்குடி மக்களே அங்கு வாழ்ந்து வந்தனர். பஸ்தர் முழுவதும் ஐந்து சிறிய நகரங்களே அப்போது இருந்தன. பழங்குடி மக்கள் பீடி இலை சேகரித்து

ஒப்பந்தக்காரர்களிடம் விற்பனை செய்வது வழக்கம். இந்தத் தொழிலில் கடுமையான சுரண்டல் நிலவியது. நூறு மூட்டை பீடி இலைகளை சேகரித்தால் இரண்டு ரூபாய் மட்டுமே கூலி என்ற நிலை இருந்தது. பெண்கள் வனத்துறையாலும், மாபியா கும்பல்களாலும், சுரங்க ஒப்பந்ததாரர்கள், மரம் வெட்டும் ஒப்பந்ததாரர்கள் ஆகியோரின் அடியாட்களாலும் பாலியல் சுரண்டலுக்கு உள்ளாக்கப்பட்டு வந்தனர். எனவே பஸ்தரில் மட்டுமல்லாமல் தண்டகரண்யம் என்றழைக்கப்பட்ட மத்திய இந்திய காட்டுப் பகுதி முழுவதிலும் புரட்சிகர பணி செய்வதற்கு ஏற்ற சூழ்நிலை நிலவுகிறது, அது அந்த மக்களின் நலனுக்கும் ஏற்றது,, சமவெளிப் போராட்டத்துக்கும் அவசியமானது என்று மக்கள் யுத்தக் கட்சி முடிவு செய்தது.

தெலங்கானா பகுதிகளில் கட்சி ஊழியர்கள் தனி நபர்களாகவோ, சிறு குழுக்களாகவோ இயங்குவது வழக்கம். தேவையானால் மட்டுமே உள்ளூரில் கிடைக்கும் ஆயுதங்களை மறைத்து எடுத்துச் செல்வது வழக்கம். மக்கள் நடுவே கலந்து மறைந்து கொள்வது சாத்தியம் என்பதால் அதற்குமேல் தேவைப்படவில்லை. ஆனால் பலநூறு கிலோமீட்டர் பரப்பில் பரந்து விரிந்துள்ள அடர் காடுக்களுக்குள் அமைந்திருக்கும் வெளியுலகத் தொடர்பற்ற பழங்குடி கிராமங்களுக்கு தனித்தனி கட்சி ஊழியர்களை அனுப்புவது சாத்தியமில்லை என்பதை கட்சி உணர்ந்திருந்தது.

எனவே தண்டகரண்யத்தில் கட்சிப்பணி செய்ய மக்கள் யுத்தக் கட்சி பச்சை சீருடையும், துப்பாக்கியும், தொப்பியும், கெரில்லா முதுகுப் பையும் தாங்கிய குழுக்களை உருவாக்கியது. இவை பின்பு தளங்கள் என்று அழைக்கப்பட்டன. கட்சி இந்த குழுக்களை செஞ்சேனையின் முன்னோடிகளாகக் கருதியது.

முதலில் தண்டகராண்யதின் ஒரு பகுதியான கட்சிரோலி மாவட்டத்தில் நுழைந்த கெரில்லாக் குழுக்கள் பழங்குடி மக்களை உணர்வூட்டி அணிதிரட்ட ஜன நாட்டிய மண்டலியின் தெலுங்கு பாடல்களைப் பயன்படுத்தினர். அது அந்த மக்களுக்குப் புரியவேயில்லை. கடும் முயற்சிக்கும் போராட்டத்துக்கும் பின்பு கெரில்லாக்கள் அப்பாடல்களை கோண்டு மொழியில் மொழிபெயர்த்தனர். இருந்த போதிலும் சமவெளிப்பகுதிகளில் மக்களிடையே மிகவும் புகழ்பெற்றிருந்த பாடல்கள் பழங்குடி மக்களுக்கு அன்னியமாகவே இருந்தன.

ஏன் என்று தேடியவர்களுக்கு விசித்திரமான பதில்கள் கிடைத்தன. பழங்குடி மக்கள் ஒருவர் பாட அடுத்தவர் அமர்ந்து ரசிக்கும் வழக்கம் இல்லாதவர்கள். அவர்களது பாடல்கள் நடனத்துடன் இணைந்திருக்கும். எல்லா மக்களும் நடன நிகழ்வுகளில் கலந்து கொள்வார்கள். பார்வையாளர்கள், பங்கேற்பவர்கள் என்ற வேறுபாடு அங்கே இருக்கவில்லை. இந்த சிக்கலைப் புரிந்து கொண்டதும் நக்சல் தோழர்கள் கோண்டு மக்களின் இசையையும், பாடல்களையும் புரிந்து கொள்ளும் கடுமையான பணியில் இறங்கினர். நீண்ட கோரசிலோ, உரையாடல்களிலோ தொடங்கும் அவர்களின் பாடல்களைப் புரிந்துகொள்ள நீண்டகாலம் பிடித்தது. இதிலிருந்த சிரமங்களும், காட்டு வாழ்க்கையின் கடுமையும் சில முக்கியமான தோழர்களை அமைப்பிலிருந்து விலகிப்போகச் செய்தாலும் மற்றவர்கள் தொடர்ந்து முன்னேறினர்.

"நாங்கள் ரிலோ என்றோம். ரெலோ என்றோம். (பழங்குடி பெண்கள் ரிலோ என்றும் ஆண்கள் ரெலோ என்றும் பாடல்களைத் தொடங்குவார்கள்) பழங்குடி இளைஞர்களும் யுவதிகளும் எங்களோடு இணைந்து கொண்டார்கள். அவர்கள் இயற்கை உருவாக்கிய கலைஞர்கள். கவிதை அவர்களின் குருதியில் கலந்திருந்தது. புரட்சிகர இயக்கத்தின் வளர்ச்சி, நோக்கங்கள், மக்கள் வாழ்க்கை பற்றி நூற்றுக்கணக்கான பாடல்கள் தண்டகாரண்ய வானில் எதிரொலிக்கத் தொடங்கின." *(people's struggles- a perspective. RWA publication).*

தண்டகாரண்யத்தில் நுழைந்த கெரில்லாக்கள் ஆதிவாசி கிஸான் ஸெட்மஜூர் சங்காதனா' என்ற பழங்குடி விவசாயிகள், கூலித் தொழிலாளர்கள் அமைப்பை மிக விரைவில் கட்டியெழுப்பினர். முதலில் மஹாராஷ்ட்ராவின் கட்சிரோலி மாவட்டத்தில் தொடங்கிய இந்த அமைப்பு விரைவில் பஸ்தர், பண்டாரா, பால்காட், கோராபுட், சந்திரபூர், மாண்டலா, ராஜநந்தகம், கிழக்கு கோதாவரி, விசாகப்பட்டணம் என்று பங்களாதேஷைப் போல இரண்டு மடங்குள்ள பகுதிக்கு விரிந்து பரவியது.

1980 லிருந்து தொடர்ச்சியாக நடத்தப்பட்ட போராட்டங்களில் 100 மூட்டை பீடி இலைக்கு 2 ரூபாயாக இருந்த கூலி பதினேழு ரூபாயாக உயர்ந்தது. வனத்துறையும், பல்வேறு ஒப்பந்தக்காரர்களும் பழங்குடி மக்கள்மேல் செலுத்தி வந்த

அதிகாரம் பெருமளவு சிதைந்து போனது. அடுத்து வந்த சில ஆண்டுகளில் தண்டகரண்யப் பகுதி முழுவதும் இயங்கி வந்த மக்கள் யுத்தக் கட்சியின் அமைப்புகள் தண்டகரண்யப் பழங்குடி விவசாயிகள், தொழிலாளர்கள் சங்கம் (DAKMS) என்ற பெயரில் ஒன்றிணைந்தன.

1981 ஆம் ஆண்டு ஏப்ரல் மாதம் 20 ஆம் தேதி அடிலாபாத் மாவட்டத்திலுள்ள இந்திரவல்லி என்ற கிராமத்தில் ஒரு பழங்குடி மக்கள் மாநாடு நடத்தப்பட ஏற்பாடு செய்யப்பட்டிருந்தது. அதற்கு ஒருநாள் முன்பு மாநாடு தடை செய்யப்பட்டது. அதை அறியாமல் அடர்காடுகளிலிருந்து மாநாட்டுப் பகுதிக்கு வந்த மக்கள் மீது போலீஸ் துப்பாக்கி சூடு நடத்தியது. குறைந்தது அறுபது பேர் கொல்லப்பட்டனர். நக்சல் வரலாற்றில் இந்திரவல்லிப் படுகொலை என்று இது அழைக்கப்படுகிறது. இது பழங்குடி மக்களை பயந்து விலகச் செய்வதற்கு பதில் மேன்மேலும் மக்கள் யுத்தக் கட்சியுடன் இறுகப் பிணைத்தது.

நக்சல்பாரி இயக்கம் முன்கண்டிராத அளவுக்கு விரிந்த பகுதியில் ஆழமாக நிலைகொண்டது. அரசும் துணைராணுவப் படைகள் உள்ளிட்ட பெரும் படைகளைக் குவித்து, தயாரிப்புகளைச் செய்து முடித்து தாக்குதலுக்கு தயாரானது. அதுவரை மக்கள் யுத்தக் கட்சிக்கு நக்சல் அமைப்புகளின் வழக்கப்படி உள்ளூர் தயாரிப்புகளான துப்பாக்கிகள், நாட்டு வெடிகுண்டுகள் போன்றவை மட்டுமே பிரதான ஆயுதங்களாக இருந்தன. கட்சியில் இணைந்து கொண்டிருந்த சில முன்னாள் ராணுவ வீரர்கள், அதிகாரிகள் ஆரம்பகட்ட ராணுவப் பயிற்சிகளை அளித்திருந்தனர். ஆனால் இந்தப் பயிற்சிகள் மரபுரீதியிலான ராணுவத்துக்கான பயிற்சிகளாக மட்டுமே இருந்தன. எண்ணிக்கையிலும், பயிற்சியிலும், ஆயுத பலத்திலும் மேம்பட்ட அரசு படைகளுடன் போரிடுவதற்கான பயிற்சிகளாக இவை இருந்திருக்கவில்லை. அரசு நடத்த இருந்த தாக்குதலை இவற்றை மட்டுமே கொண்டு கட்சி எதிர்கொண்டிருந்தால் விளைவு என்னவாகியிருக்குமோ தெரியாது. ஆனால் வரலாறு வேறு வழியில் இழுத்துச் சென்றது.

1983 ஜூன் மாதம் இலங்கையில் தமிழர்களுக்கு எதிராக நடந்த பெரும் படுகொலைக்கு பிறகு விடுதலைக்குப் போராடும் ஈழப்போராளிகள் தமிழ்நாட்டுக்கு ஆயுதங்களும், தங்கிடமும், பயிற்சியும் தேடிவந்து குவிந்தனர். இலங்கை

அரசை முழுமையாக தனது கட்டுப்பாட்டுக்குக் கொண்டுவர வேண்டும் என்று விரும்பிய இந்திய அரசானது இலங்கைக்கு அழுத்தம் தருவதற்காக விடுதலைப் புலிகள், டெலோ, பிளாட், ஈபிஆர் எல் எஃப், ஈரோஸ் ஆகிய அமைப்புகளுக்கு ஆயுதப் பயிற்சி அளிக்கத் தொடங்கியது. இந்த அமைப்புகளின் உறுப்பினர்களை இந்திய நக்சல் அமைப்புகளுடன் எந்தத் தொடர்புகளும் வைத்துக்கொள்ளக் கூடாது என்று இந்திய உளவு அமைப்புகள் கடுமையாக எச்சரித்திருந்தன.

ஈழத்தைச் சேர்ந்த என் எல் எஃப் டி, ஈழ பாட்டாளி வர்க்க முன்னணி போன்ற மார்க்சிய லெனினிய இயக்கங்களைச் சேர்ந்தவர்களை நக்சல்களை நடத்துவது போலவே இந்திய உளவுத் துறைகள் நடத்தின. அவற்றுக்கு பயிற்சிகள், ஆயுத, பண, தங்கிட உதவிகள் அளிக்கப்படாததோடு கண்காணிப்பு போன்ற தொல்லைகளுக்கு உள்ளாக்கவும்பட்டன. இந்தியா தனக்கு அடியாட்களை உருவாக்கவில்லை, ஈழத் தமிழ் மக்களின் நியாயமான போராட்டத்தை ஆதரிக்கிறேன் என்று காட்டிக் கொள்வதற்காக அந்த இயக்கங்களை இந்தியாவில் இருக்க அனுமதித்தது. ஆனால் அவற்றின் செயல்பாடுகளை முடிந்த அனைத்து வழிகளிலும் கட்டுப்படுத்தியது.

ஈழத்து மாலெ இயக்கங்களும், இந்தியா தேசிய இன விடுதலைக்கு எதிரான நாடு, அது தற்காலிக அரசியல் தேவைகளுக்காக போராளிகளுக்குப் பயிற்சியளித்தாலும் ஏதோ ஒரு கட்டத்தில் காட்டிக் கொடுத்துவிடும் என்ற கருத்துக் கொண்டிருந்தன. இப்படிப்பட்ட ஒரு இயக்கத்துடன் தங்களுக்குத் தொடர்புகள் ஏற்பட்டன என்று கொண்டபள்ளி சீத்தாராமையா இந்தியா டுடேவுக்கு அளித்த பேட்டியில் கூறுகிறார். இந்தத் தொடர்பு மக்கள் யுத்தக் கட்சியின் போர்த்தந்திரங்களிலும் ஆயுத பலத்திலும் பயிற்சியிலும் பெரிய மாறுதல்களை ஏற்படுத்தியது.

புரட்சி என்பது உணர்வெழுச்சி, தியாகம், வீரம், அர்ப்பணிப்பு, அரசியல் என்பதிலிருந்து ஆயுதப் போராட்டத்துக்கான உடல் தகுதி, உணவு ஆகியவை குறித்து முதல் முதலாக நக்சல் இயக்கம் சிந்திக்கத் தொடங்கியது அந்தக் காலகட்டத்தில் தான்.

இந்திய அரசு இலங்கை அரசுக்கு தொல்லை கொடுக்க ஈழப் போராளிகளுக்கு ஆயுதமும் பயிற்சியும் அளித்தது. அதே ஈழப்

போராளிகளின் இன்னொரு பிரிவால் தனக்குத் தானே தீராத தலைவேதனையைத் தேடிக் கொண்டது.

1987 ஆம் ஆண்டு ஜூன் மாதம் 30 ஆம் தேதி கிழக்கு கோதாவரி மாவட்டத்திலுள்ள காடுகளில் ஒரு போலீஸ் குழு நக்சல் வேட்டையில் ஈடுபட்டிருந்தது. சுமார் பத்து பேர் கொண்ட அந்தக் குழுவின் மீது காட்டில் மறைந்திருந்த மக்கள் யுத்தக் கட்சியைச் சேர்ந்த நக்சலைட்டுகள் திடீர்த்தாக்குதல் நடத்தினர். அதில் 6 போலீசார் கொல்லப்பட்டனர். இந்த நிகழ்ச்சி இந்தியா முழுவதும் பெரும் அதிர்ச்சியை ஏற்படுத்தியது. இந்த திடீர் தாக்குதல் என்பது நக்சல்பாரி இயக்கத்தைப் பொறுத்தவரை புதிய உத்தியாகும். அதுவரை போலீசாரைக் கண்டால் சுட்டுக் கொண்டே பின்வாங்கிவிடுவது நக்சலைட்டுகளின் வழக்கம். இப்போது ambush எனப்படும் தாக்குதல் நடத்தப்பட்டிருப்பது நக்சல்பாரி இயக்கம் இன்னொரு பரிமாணத்தை அடைந்து விட்டது என்பதைக் காட்டுகிறது என்று ராணுவ நிபுணர்கள் எழுதினர்.

பின்பு அடுத்தடுத்து காவல்துறை, துணைராணுவ படைகள் சென்ற வாகனங்கள் மீது கண்ணிவெடித் தாக்குதல்கள் நடத்தப்பட்டன. அது இந்தியாவின் வடகிழக்கு மற்றும் பஞ்சாபில் ஆயுதப்போராட்டங்கள் நடந்து வந்த நேரம். அந்தப் பகுதிகளைவிட தெலங்கானா கிராமங்களில் அரசு இத்தகைய ஒவ்வொரு தாக்குதலிலும் கொத்துக் கொத்தாக தனது வீரர்களை இழந்தது. மக்கள், துணை ராணுவப்படை வீரர்களை லாரிகளில் கூட்டமாகச் சாவதற்குச் செல்லும் கோழிகள், சிக்கன் என்று கிண்டலாக அழைக்கத் தொடங்கினர்.

இத்தாக்குதல்களின் காரணமாக கிராமங்களின் மீதான போலீஸ் தாக்குதல் குறைந்தது. கட்சி மூச்சு விடுவதற்கும் தன்னை ஒழுங்கமைத்துக் கொள்வதற்கும் நேரம் கிடைத்தது.

கங்கையில் பெருகிய குருதி

நக்ஸல்பாரி எழுச்சியை அடுத்து மார்க்சிஸ்ட் கட்சியிலிருந்து வெளியேறியவர்களை ஒருங்கிணைத்து சாரு மஜும்தார் இந்திய பொதுவுடமைக் கட்சி (மார்க்ஸிஸ்ட் லெனினிஸ்ட்) என்ற கட்சியை உருவாக்கிய போது, ஒரு குழு அதில் இணையாமல் வெளியே நின்றது. புரட்சியாளர்களின் ஒருங்கிணைப்பு என்பது இப்படி தலைமை மட்டத்தில் நடக்கக் கூடாது, பல்வேறு கட்டங்களாக கட்சிகளின் ஒவ்வொரு மட்டத்திலும் நடைபெற வேண்டுமென்ற கருத்துக் கொண்டிருந்த இந்தக் குழு தக்ஷின் தேஷ் என்ற அதன் இதழின் பெயரால் தக்ஷின் தேஷ் குழு என்று அழைக்கப்பட்டது. சீனா வடக்கு தேசம் என்றும் இந்தியா தெற்கு தேசம் என்றும் இந்த அமைப்பு வகைப்படுத்தியதால் இந்தப் பெயர். அமூல்ய சென், கனாய் சட்டர்ஜி ஆகியோர் இக்குழுவுக்குத் தலைமை வகித்தனர். இக்குழு முதலில் இருந்தே தனிநபர் அழித்தொழிப்பை அடிப்படையாக் கொண்ட சாருவின் பாதையை பயங்கரவாதம் என்று வரையறுத்திருந்தது. முதலில் மேற்கு வங்காளத்தின் பார்துவான், ஜங்கல் மஹால் பகுதிகளில் பணிபுரிந்த இந்தக் குழு பின்னர் பிஹாருக்கு தனது நடவடிக்கைகளை விரிவுபடுத்தியது.

1975 ஆம் ஆண்டு இக்குழு மாவோயிஸ்ட் கம்யூனிஸ்ட் சென்டர் (MCC) என்று பெயர் சூட்டிக்கொண்டு ஒரு கட்சியாக மாறியது. இக்கட்சியானது அரசியல் ராணுவக் குழுக்களை உருவாக்கி கிழக்கு பிஹாரின் கயா, ஜெஹானாபாத், பலமு மாவட்டங்களில் ஆதரவுத் தளங்களை ஏற்படுத்தியது. மிகவிரைவில் ஐநூறு முழு

நேர ஊழியர்களையும், பத்தாயிரம் பகுதி நேர ஊழியர்களையும் கொண்டதாக எம்சிசி வளர்ச்சி பெற்றது. புரட்சிகர விவசாயிகள் கமிட்டிகள், ஜன சுரக்ஷா சங்கர்ஷ் மஞ்ச், கிரந்திகாரி புத்திஜீவி சங்க், கிரந்திகாரி சத்ரா லீக் ஆகிய அமைப்புகளையும், லால் ரக்ஷா தல் என்ற ஆயுதப் படையையும் இக்கட்சி நிறுவியது.

பிஹாரின் மத்திய பகுதியிலும், கிழக்கு பகுதியிலும் இடைநிலைச் சாதிகளைச் சேர்ந்த ஏழை விவசாயிகள், தலித்துகள் மீது மிகக் குரூரமான அடக்குமுறை பிரயோகிக்கப்பட்டு வந்தது. அப்போது ஆளும் கட்சியாகவிருந்த காங்கிரஸ் கட்சியில் பூமிஹார், ராஜ்புட் சாதிகளைச் சேர்ந்த பெருநிலப்பிரபுக்களே ஆதிக்கம் செலுத்தினர். வினோபா நடத்திய பூதான் இயக்கம் எல்லா இடங்களைப் போலவே இங்கும் முற்றிலும் தோல்வியடைந்தது. தலித்துகள் பெரும்பாலும் இந்த நிலப்பிரபுக்களிடம் பண்ணையடிமைகளாகவே இருந்தனர். அடுத்த பெரிய சாதியான யாதவ்களும் இந்த நிலப்பிரபுக்களால் சுரண்டப்பட்டு வந்தனர். போஜ்பூர் போன்ற பல இடங்களில் யாதவ் சாதியினரும் தலித்துகளும் இணைந்து பெருநிலப்பிரபுக்களை எதிர்த்துப் போராடி வந்தனர்.

தலித்துகள் வெள்ளை வேட்டி அணிவது இங்கே தடை செய்யப்பட்டிருந்தது. பலமு மாவட்டத்தில் தலித் ஆண்களிடமே அவர்கள் மனைவிகளையும் மகள்களையும் தங்கள் மாளிகைகளுக்கு அனுப்பிவைக்கக் கேட்கும் வழக்கமும் இருந்தது. தலித்துகள் ஏதேனும் தவறிழைத்து விட்டால் அதற்குத் தண்டனையாக பெண்களை அவர்கள் குடும்ப உறுப்பினர் முன்னால் பாலியல் வன்முறை செய்யும் வழக்கமும் இருந்தது. அடுத்த நாள் உயிர்வாழ்வதற்கு போதுமான அளவே தானியம் தலித் மக்களுக்கு ஊதியமாக வழங்கப்பட்டு வந்தது. பத்து வயதிலிருந்தே தலித் மக்கள் ஆண்டைகளின் வயல்களில் வேலை செய்யவேண்டியிருந்தது. இது பெரும்பாலும் கட்டாயமான, கூலியில்லாத உழைப்பாகும்.

எல்லா நிலப்பிரபுக்களும் பெரும் எண்ணிக்கையிலான அடியாட்படைகளைக் கொண்டிருந்தனர். இந்தப் படைகள் துப்பாக்கிகள் உள்ளிட்ட ஆயுதங்களை ஏந்தியவைகளாக இருந்தன. பிஹரில் காங்கிரஸ் கட்சி உட்பட அனைத்து அரசியல் கட்சிகளும் ஆயுதப்படைகளாகவே செயல்பட்டு

வந்தன. நக்ஸல்பாரி கட்சி மட்டுமல்லாமல் ஒடுக்கப்பட்ட மக்களின் விடுதலையைக் கோரும் எல்லாக் கட்சிகளும் ஆயுதம் ஏந்தியே செயல்பட வேண்டிய சூழ்நிலையே பெரும்பாலான இந்திய கிராமப்புறங்களில் நிலவியது. அது பிஹாரில் இன்னும் கொடுமையான வடிவம் கொண்டிருந்தது.

தேர்தல்களின் போது வாக்குச் சாவடிகள் பெரும்பாலும் நிலப்பிரபுக்களின் வீடுகளிலேயே அமைக்கப்பட்டன. நிலப்பிரபுக்களின் அடியாட்களே அனைத்து வாக்குகளையும் போட்டுவிடும் வழக்கம் பரவலாக இருந்தது. தலித்துகள் வாக்களிக்கவே அனுமதிக்கப்படவில்லை.

இதுபோன்ற சூழ்நிலையில் பிஹாரில் நக்சலைட்டுகள் கால்வைத்ததும் தனிநபர் அழித்தொழிப்பு என்ற அரசியல் நடைமுறையைப் பிரச்சாரம் செய்யவேண்டிய தேவையே இல்லாமல் இருபக்கமும் மாறிமாறி கொலைகள் நடந்தன. நக்சல்பாரி முதல் எழுச்சியின் போது போஜ்பூர் போன்ற இடங்களில் நக்சல் இயக்கம் நிலப்புரபுக்களை ஒழித்துக் கட்டும் அளவுக்கு வலிமை பெற்றதும், அரசு நிலப்புரபுக்களுக்கு ஆதரவாக களம் இறங்கி போராளிகளைக் கொன்று குவித்து, இயக்கத்தை அடக்கி ஒடுக்கி நிலப்பிரபுக்களின் ஆதிக்கத்தைக் காப்பாற்றியது.

1974 ஆம் ஆண்டிலிருந்தே நக்சலைட்டுகளுக்கு எதிராக மத்திய பிஹாரில் மேல்சாதி ஆயுதப் படைகளை உருவாக்கும் முயற்சிகள் தொடங்கின. ஆர் எஸ் எஸ் இந்தப் படைகளுக்குப் பயிற்சி முகாம்கள் அமைத்து ஆயுதப் பயிற்சியளித்தது என்று Towards a new dawn இணைய இதழ் கூறுகிறது.

1974-75 இல் குன்வர் சேனா என்ற மேல்சாதிப் படை உருவாக்கப்பட்டு அதன் அலுவலகம் திறந்து வைக்கப்பட்டது. இந்தக் குன்வர் சேனா பின்பு பெராத், ஏக்வாரி, பூலாரி ஆகிய பகுதிகளில் தலித் மக்களின் குடியிருப்புகளைத் தாக்கி படுகொலைகளை நடத்தியது.

மே 28, 1975 அன்று பிஹார் போலீசின் நக்சல் பிரிவின் டி ஐ ஜி சிவாஜி பிரசாத் சிங் "போஜ்பூர் பாட்னா பகுதிகளில் உள்ள எல்லா ஆரோக்கியமான நபர்களுக்கும் நக்சலைட்டுகளை

எதிர்த்துப் போராட அரசு ஆயுதங்களும் பயிற்சியும் அளிக்கும்" என்று அறிவித்தார். கலெக்டர்கள் கிராமம் கிராமமாகச் சென்று தகுதிவாய்ந்த நபர்களைக் கண்டறிந்து அவர்களுக்கு ஆயுத லைசன்ஸ்சுகள் வழங்க வேண்டும் என்று உத்திரவிட்டார். போஜ்பூரில் நிலப்பிரபுக்களின் மகன்களுக்கு துப்பாக்கி சுடும் பயிற்சி நிலையம் ஒன்றை அப்போதைய பிஹார் முதல்வர் ஜகன்னாத் மிஸ்ரா ரகசியமாகத் திறந்து வைத்தார்.

இவ்வாறு அரசின் உதவியுடன் நக்சலைட்டுகளை எதிர்கொள்ள உயர்சாதி நிலப்பிரபுக்கள் குன்வர் சேனா, சன்லைட் சேனா, சவர்ன லிபரெசன் பிரண்ட், பிரம்மரிஷி சேனா, பூமி சேனா ஆகிய படைகளை உருவாக்கினர். பூமிஹார், ராஜ்புட் சாதிகளின் ஒவ்வொரு உட்பிரிவும் தனக்கான தனி ஆயுதப்படையைக் கொண்டிந்தது.

நிலப்பிரபுக்களுடனான போரில் தற்காலிக தோல்விகள் ஏற்பட்டாலும் நக்சலைட்டுகளின் தலைமையில் நிலப்பிரபுக்களை எதிர்த்துப் போராட முடியும், அவர்களைப் பீதிக்குள்ளாக்க முடியும், விரட்டியடிக்கவும், ஒழித்துக் கட்டவும் முடியும் என்று கண்டுகொண்ட மக்கள் வாய்ப்புக் கிடைத்த இடங்களில் எல்லாம் பதில் தாக்குதல் நடத்தினர். லிபரேஷன், மாவோயிஸ்ட் கம்யூனிஸ்ட் சென்டர், பார்ட்டி யுனிட்டி ஆகிய நக்சல் அமைப்புகளில் திரண்டனர்.

1971 ஆம் ஆண்டு ராஜ்புட் நிலப்பிரபுக்கள், தங்கள் உரிமைகளுக்காகப் போராடிய பதினான்கு சந்தால் விவசாயக் கூலிகளை சுட்டும் வெட்டியும் கொன்றனர். பின்பு இது போன்ற படுகொலைகள் வழக்கமாகின. ஒவ்வொரு ஆண்டும் ஏதாவது ஒரு மாவட்டத்தில், ஒரு கிராமத்தில் இது போன்ற கூட்டக் கொலை தவறாமல் நடந்தது. மேல்சாதி தனியார் ஆயுதப்படைகள் உருவான பின்பு இந்தப் படுகொலைகள் மிகவும் அதிகரித்தன. 1980 இல் பராச்பிகா என்ற இடத்தில் 11 யாதவ மக்கள் புமிஹார்களால் கொல்லப்பட்டனர். அதே ஆண்டு பிரா என்ற இடத்தில் ஐந்து முஷாஹர் பிரிவு மக்கள் இந்தப் படையால் கொல்லப்பட்டனர். 1982ல் கைனி என்ற இடத்தில், ஏழு தலித்துகள் கொல்லப்பட்டனர். முங்கேர் என்ற இடத்தில் ஐந்து தலித்துகள் கொல்லப்பட்டனர். 1986ல் பதினைந்து தலித்துகள் கன்சரா என்ற இடத்தில் கொல்லப்பட்டனர்.

வெளியுலகின் கவனத்துக்கு வந்த நிகழ்வுகள் இவை.

இப்படி ஆயிரக்கணக்கான அப்பாவி உழைக்கும் மக்கள் அமைப்பாகத் திரண்டதற்காகவும், தங்கள் உரிமைகளைக் கேட்டதற்காகவும் படுகொலை செய்யப்பட்டனர். ஆனால் இவ்வளவு படுகொலைகள் நடந்த போதும், கொடுமையான அடக்குமுறைக்கு நடுவிலும் மாவோயிஸ்ட் கம்யூனிஸ்ட் மையத்தைச் சேர்ந்த நக்சலைட்டுகள் கயா, பலமு, அவுரங்காபாத் பகுதியில் கிராம மக்கள் கமிட்டிகள் அமைப்பதில் வெற்றி கண்டனர். இந்தக் கமிட்டிகள் ரகசியமாகவே இயங்க வேண்டியிருந்தது. இவை மக்கள் நீதிமன்றங்கள் நடத்தின. மக்களிடமிருந்து நன்கொடை வசூலித்தன. பாதுகாப்புக் குழுக்கள் அமைத்து போலீசின் நடவடிகையைக் கண்காணித்தன. பாட்னா அதிகாரிகள் இந்தப் பகுதிகளில் போட்டி அரசாங்கம் நிலவுவதாகக் கூறினர்.

போர்க்குணம் கொண்ட கிராம இளைஞர்கள் எம் சி சி அமைப்பில் இணைவது தொடர்ந்து அதிகரித்து வந்தது. 1986 ஆம் ஆண்டு செப்டம்பர் மாதம் 20 ஆம்தேதி அவுரங்காபாத் மாவட்டத்தில் பரஸ்டிஹ் கிராமத்தில் பாங்காலி சிங் என்ற நிலப்பிரபுவின் ஆட்கள் ஒரு தலித் குடியிருப்பைத் தாக்கி ஆறுபேரைக் கொன்றனர். இதற்கு பதிலடியாக மாவோயிஸ்ட் கம்யூனிஸ்ட் சென்ட்டர் அமைப்பை சேர்ந்த மக்கள் கூட்டமாகத் திரண்டு கொலைக்குக் காரணமான நிலப்பிரபுவின் வீட்டைத் தாக்கினர். பத்துக்கும் மேற்பட்ட நிலப்பிரபுவின் உறவினர்கள் கொல்லப்பட்டனர்.

மாவோயிஸ்ட் கம்யூனிஸ்ட் சென்டர் அமைப்பு கட்சிக் குழுக்கள், ஆயுதக் குழுக்களின் நடவடிகைகளைவிட மக்கள் நேரடியாக செயல்படுவதை ஊக்குவித்து வந்தது. இதன் காரணமாக மக்கள் அணிதிரண்டு தாக்குதல் நடத்தும் போது முறைப்படுத்துவதற்கான சாத்தியங்கள் கட்சிக்கு இல்லாமலிருந்தன. கோபம் கொண்ட மக்கள் நிலப்பிரபுக்களின் குடும்ப உறுப்பினர்களையும் சேர்த்தே கொன்றனர். இது நக்சல்பாரி அமைப்பு வரலாற்றில் இதற்குமுன் நடைபெறாததாகும். கட்சி உறுப்பினர்களைவிட உள்ளூர் மக்களும், உறவினர்களைப் பலி கொடுத்தவர்களும் தாக்குதலில் முன்னின்றதும் இவ்வாறு நிலப்பிரபுக்களின் குடும்ப உறுப்பினர்கள் கொல்லப்படுவதற்குக் காரணமாக அமைந்தது.

இது எம் சி சி அமைப்புக்குள்ளும், பொதுவான நக்சல் ஆதரவாளர் நடுவிலும் கடும் விவாதங்களை உருவாகியது. எம் சி சி இந்த மக்கள் திரளின் நடவடிக்கைகளை திட்டமிட்ட ஒழுங்குக்குள் கொண்டு வர வேண்டிய நெருக்கடி ஏற்பட்டது.

அதுவரை இந்தியாவின் மற்ற பகுதிகளில் நிலப்பிரபுக்கள் கூட்டப் படுகொலைகளின் ஈடுபடும் போது நக்சல் அமைப்புகள் அக்குறிப்பிட்ட நிலப்பிரபுக்களையும் அவர்களது அடியாட்களையும் பிடித்து வந்து மக்கள் நீதிமன்றங்களில் நிறுத்தி அழித்தொழிப்பது வழக்கம். பிஹாரில் இது முற்றிலும் வேறுவிதமாக அமைந்ததற்கு அங்கு நிலவிய தனித்துவமான சாதி அமைப்பே காரணம் என்று செய்தியாளர்கள் குறிப்பிட்டனர். 1981 ஆம் ஆண்டு உத்திர பிரதேசத்தின் பெஹ்மாய் என்ற கிராமத்தில் பூலான் தேவி இந்திய துணைக்கண்டத்தின் வரலாற்றில் முதல் முறையாக 20 ராஜ்புட் கொள்ளைக்காரர்களை ஒரே இடத்தில் சுட்டுக் கொன்றார். இதன் தாக்கம் வட இந்தியா முழுவதிலும் எதிரொலித்தது. நிலப்பிரபுக்கள், உயர் சாதியினரை எதிர்த்த போராட்டத்தில் பூலான் தேவியின் தாக்குதல் பெருமளவுக்கு செல்வாக்கு செலுத்தியது. பொதுமக்கள் நடத்திய தாக்குதலுக்கு இதுவும் ஒரு ஊக்கியாக அமைந்தது.

1987 ஆம் ஆண்டு செச்சானி என்ற கிராமத்தின் மீது தாக்குதல் நடத்திய ராஜ்புட் நிலப்பிரபுக்கள் ஏழு யாதவ் சாதியினரை கொன்றனர். பகுவாரா-தலேல்சக் என்ற கிராமம் உயர்சாதி நிலப்பிரபுத்துவ படைகளின் முக்கியமான தளமாக இருந்தது. அதை மையமாகக் கொண்டே நிலப்பிரபுக்கள் சுற்றுப் புற கிராமங்களில் உள்ள உழைக்கும் மக்கள் மீது தாக்குதல் நடத்தி வந்தனர். 1987 ஆம் ஆண்டு மே 29 ஆம் தேதி எம் சி சி அமைப்பினர் அந்தக் கிராமத்தைத் தாக்கினர். 41 ராஜ்புட் சாதியினர் கொல்லப்பட்டனர். அந்தக் கிராமத்திலிருந்த ஒவ்வொரு ராஜ்புட் வீடும் எரிக்கப்பட்டது. அவர்களுக்கு உதவிய ஒரு தலித் இளைஞரும் டிராக்டரின் ஸ்டீரங் வீலில் கட்டி வைக்கப்பட்டு எரித்துக் கொல்லப்பட்டார். இந்தத் தாக்குதல்தான் இந்தியா முழுவதும் பேரதிர்ச்சியை எற்படுத்தி பிஹாரில் என்ன நடந்துகொண்டிருக்கிறது என்பதை உணர வைத்தது.

பஹுவரா தலேல்சக் தாக்குதல் பிஹாரின் உயர்சாதியினரிடையே கடுங்கோபத்தையும் பீதியையும் ஏற்படுத்தியது. பல்வேறு

பெயர்களின் இயங்கி வந்த உயர்சாதியினரின் படைகள் ரண்வீர் சேனா என்ற பெயரின் இணைந்து ஆயிரக்கணக்கானோரைக் கொண்ட வலிமை வாய்ந்த படையாக மாறின. இவ்வாறு உயர்சாதி படைகளை ஒருங்கிணைத்ததில் முக்கிய பங்காற்றியவர் பீஷ்ம நாராயண் சிங் என்பவராவார். அவரது இந்தச் சேவைக்காக அவருக்கு தமிழ் நாட்டு கவர்னர் பதவியை வழங்கி கௌரவித்தது காங்கிரஸ் அரசு.

இத்தனைக்கும் எம் சி சியோ பார்ட்டி யுனிட்டியோ லிபரேஷனோ நிலப்பிரபுக்களின் நிலத்தைக் கேட்கவில்லை. நிலப்பிரபுக்களின் கட்டுப்பாட்டில் உள்ள புறம்போக்கு நிலங்கள் பொதுமக்களுக்கு வழங்கப் பட வேண்டும், பாலியல் சுரண்டல்கள், வன்முறைகள் ஆகியவற்றுக்கு முடிவுகட்டப்பட வேண்டும் என்றே கோரினர்.

எம் சி சி நடத்திய பகுவாரா தலேல்சக் தாக்குதலுக்குப் பிறகு ஓராண்டு காலம் அமைதி நிலவியது. நாடு முழுவதும் நக்சலைட்டுகள் சாதியவாதிகளாகிவிட்டனர் என்ற பிரச்சாரம் எல்லா அரசு தரப்பினராலும் மூன்னெடுக்கப்பட்டது. பின்பு வழக்கமான நிலைமை திரும்பியது. 1989லிருந்து 1991 வரை நூற்றுக்கணக்கான தலித்துகள் ரண்வீர் சேனாவால் கொல்லப்பட்டனர்.

பதிலடியாக எம் சி சி கட்சியானது பாரா என்ற ரண்வீர் சேனா கிராமத்தைத் தாக்கியது. இந்தக் காலகட்டத்தில் மாவோயிஸ்ட் கம்யூனிஸ்ட் செண்ட்ருக்கும் மக்கள் யுத்தக் கட்சிக்கும் இடையே தொடர்புகள் ஏற்பட்டிருந்தன. எம் சி சி அமைப்பின் உறுப்பினர்கள் பாரா கிராமத்தைச் சுற்றி வளைத்துத் தங்கள் கட்டுப்பாட்டுக்குள் கொண்டு வந்தனர். ராண்வீர் சேனாவில் உறுப்பினர்களாக இருந்த புமிஹார் சாதியைச் சேர்ந்த முப்பத்தி நான்குபேர் பிடிபட்டனர். இவர்களை நக்சலைட்டுகள் ஒரு கால்வாய்க்குக் கொண்டு சென்று கழுத்தை அறுத்துக் கொன்றனர். பின்பு பழிக்குப் பழி, வர்க்க விரோதிகளை துண்டு துண்டாக்குவோம் என்று முழங்கியபடி கிராமத் தெருக்களில் ஊர்வலமாகச் சென்றனர்.

அடுத்த சில ஆண்டுகளில் ரண்வீர் சேனா கொலைவெறித் தாண்டவம் ஆடியது. எம் சி சியும், பார்ட்டி யுனிட்டி என்ற நக்சல் அமைப்பும் பதிலடித் தாக்குதல்கள் நடத்தினர். மெல்ல மெல்ல நக்சல் செல்வாக்குப் பிரதேசங்கள் விரிந்து பரவியதில்

ரண்வீர் சேனாவின் ஆதிக்கத்தில் உள்ள கிராமங்கள் தனித் தீவுகளாக முடக்கப்பட்டன. ரண்வீர் சேனாவின் பலம் தொடர்ந்து குறைந்து வந்தது.

எண்பதுகள் முழுக்க தொடர்ந்து நடந்து வந்த படுகொலைகளின் காரணமாக பிஹார் அரசியலில் மாற்றம் செய்யாவிட்டால் மாநிலம் முழுவதும் நக்சல் ஆதிக்கம் பரவிவிடும் என்ற அச்சம் ஆளும் வர்க்கங்களுக்குத் தோன்றியது.

1989-90 ஆண்டில் வி பி சிங் ஆட்சியில் இடைநிலை சாதிகளுக்கு இடஒதுக்கீடு அளிக்கும் மண்டல் கமிஷன் அறிக்கை நடைமுறைப்படுத்தப்பட்டது. வட இந்திய மாநிலங்களில் குறிப்பாக உபி, பிஹாரில் யாதவ் போன்ற இடைநிலை சாதிகளிடையே இது பெரிய அளவுக்கு அரசியலுணர்வை ஏற்படுத்தியது. பல புதிய கட்சிகள் சமூக நீதியின் அடிப்படையில் தோன்றின.

நக்சல்களுடன் தொடர்ந்து நடந்த மோதல்களில் பூமிஹார், ராஜ்புட் நிலப்பிரபுக்களின் ஆதிக்கம் பெரிய அளவுக்கு சிதறிப் போனது. அவர்களால் முன்பைப் போல தேர்தலைத் தங்கள் இரும்புப் பிடியில் வைத்து அரசைக் கட்டுப்படுத்த முடியவில்லை. பெரு முதலாளிகளும், அதிகார வர்க்கமும் மிகவும் பிற்போக்கான காங்கிரசுக்கு பதில் சமூக நீதி பேசிய கட்சிகளால் நக்சல் வளர்ச்சியை சமாளிக்க முடியும் என்று கருதினர். இவற்றின் காரணமாக லல்லு பிரசாத் யாதவ் 1990 ஆம் ஆண்டு பிஹாரின் முதலமைச்சரானார்.

யாதவ் சாதியைச் சேர்ந்த லல்லு பிரசாத் யாதவ், ரண்வீர் சேனாவை ஆதரித்து அதன் மூலம் கிராமப் புறங்களில் ஆதிக்கம் செலுத்த பெரிய அக்கறை காட்டவில்லை. ரண்வீர் சேனா பலமடைந்தால் அது காங்கிரஸை பலப்படுத்தும் என்று லாலு கருதினார். எனவே ரண்வீர் சேனாவுக்கும் நக்சலைட்டுகளுக்கும் இடையே நடந்து வந்த போரில் தலையிடாமல் இருந்து விட்டாலே போதும் நக்சல்கள் ரண்வீர் சேனாவை அழித்து விடுவார்கள் என்று அரசு எதிர்பார்த்தது. இதுவும் ரண்வீர் சேனா பலவீனப்படக் காரணமாக அமைந்தது. ரண்வீர் சேனாவுடனான நக்சல் அமைப்புகளின் முரண்பாடும் படுகொலைகளும் விட்டுவிட்டுத் தொடர்ந்தன. ரன்வீர் சேனா ஒழிக்கப்பட்ட

பின்பே பிஹார் அரசு நேரடியாக நக்சல் அமைப்புகளின் மீது தாக்குதல் தொடுக்கத் தொடங்கியது.

ஆந்திரப் பிரதேசத்தில் மக்கள் யுத்தக் கட்சி சந்தித்த அதே நெருக்கடியை பிஹாரில் எம் சி சி சந்தித்தது. மக்கள் யுத்தக் கட்சி தண்டகரண்யத்துக்குப் பின்வாங்கி நிலைமையைக் கையாண்ட அதே வழியில், கங்கை சமவெளிக்கு தெற்கே இருந்த சோட்டா நாகபுரி பீடபூமி என்றழைக்கப்பட்ட பழங்குடிப் பகுதிக்கு பின்வாங்குவது என்று மாவோயிஸ்ட் கம்யுனிஸ்ட் சென்டர் முடிவு செய்தது.

எம் சி சி அமைப்பானது சோட்டா நாகபுரி பீடபூமியிலுள்ள பழங்குடிப் பகுதிகளில் அரசியல் பணிசெய்யத் தொடங்கியது. அங்கு ஏற்கெனவே ஜார்கண்ட் என்ற பழங்குடி மாநிலம் வேண்டும் என்ற கோரிக்கை இருந்து வந்தது. ஜார்கண்ட் முக்தி மோர்ச்சா போன்ற பழங்குடி அமைப்புகள் இதற்காகப் போராடி வந்தன.

பிஜேபி கட்சியானது 1988 ஆம் ஆண்டு பிஹாரைப் பிரித்து வனாஞ்சல் என்ற பழங்குடி மக்களுக்கான மாநிலம் அமைக்க வேண்டும் என்று கோரியது. பிஜேபி நீண்டகாலமாகவே பெரிய மாநிலங்கள் உடைக்கப்பட்டு சிறிய மாநிலங்கள் உருவாக்கப்படுவதே அவற்றை நிர்வகிக்க சிறந்த வழி என்று கூறிவந்தது. தெலங்கானா, ஜார்கண்ட் போன்ற கனிம வளம் மிகுந்த பகுதிகள் தனி மாநிலங்கள் ஆக்கப்படுவது கார்ப்பரேட் வளர்ச்சிக்கு ஏற்றதும் நக்சல் பிரச்சினையை சமாளிக்க ஏதுவானதும் ஆகும் என்று ஆளும் வர்க்கங்களின் ஒரு பிரிவினர் கருதினர். இந்தப் போராட்டங்களை ஆதரிக்கவும் செய்தனர்.

1982 ஆம் ஆண்டு உருவான பார்ட்டி யுனிட்டி என்ற நக்சல் அமைப்பு பிஹாரின் அவுரங்காபாத், நாலந்தா, நவாடா, கயா, ஜெனானாபாத் ஆகிய பகுதிகளில் பணி செய்யத் தொடங்கியது. இந்த அமைப்பும் ஏறக்குறைய எம் சி சியின் பாதையையே பின்பற்றி வந்தது. பல மக்கள் திரள் அமைப்புகளை உருவாக்கியிருந்தாலும் ஆயுதக் குழுக்களைக் கொண்டே ரண்வீர் சேனா போன்ற அமைப்புகளைச் சமாளிக்க முடியும் என்ற நிலை இருந்ததால் செங்குழுக்கள் என்ற படைப்பிரிவுகளை இவ்வமைப்பு உருவாக்கியது.

மஸ்தூர் கிஸான் சங்க்ராம் சமிதி (MKSS) என்ற பலம் வாய்ந்த தொழிற்சங்கத்தை பார்ட்டி யூனிட்டி கட்டியெழுப்பியது. இந்த சங்கம் விவசாயக் கூலிகளின் சம்பள உயர்வுக்காகப் போராடியதுடன், அனைத்து சாதிய ஒடுக்குமுறைகளையும் எதிர்த்து நின்றது. சிறுவனப் பொருட்கள் சேகரிக்க மக்களுக்கு சட்டபூர்வ உரிமை இருந்தாலும் நடைமுறையில் அதை நிலப்பிரபுக்களும் வனத்துறையுமே பிடுங்கிக் கொள்வது வழக்கம். சங்கம் மக்களுடைய சிறுவனப்பொருட்கள் சேகரிக்கும் சட்டபூர்வ உரிமையைப் பாதுகாக்கப் போராடியது. உள்ளூர் நிலப்பிரபுக்களும் போலீசும், வனத்துறையும் இந்த சங்கத்தால் தங்கள் ஆதிக்கம் தகர்வதாகக் கருதி கடுமையாக வெறுத்தன.

1986 ஆம் ஆண்டு மார்ச் மாதத்தில் எம் கே எஸ் எஸ் அமைப்பானது நிலப்பிரபுக்களின் தனியார் படைகளுக்கு எதிராக ஒருமாதகால போராட்ட நிகழ்வை முன்னெடுத்தது. பல்லாயிரம் மக்கள் பங்கு கொண்ட பல பேரணிகள் நடத்தப்பட்டன. இவ்வளவு பெரிய மக்கள் திரளை நேரடியாக எதிர்கொள்ள தனியார் படைகள் தயங்கியதால் அரசு நேரடியாகத் தலையிட்டது என்கிறார் நீலாஞ்சனா தத்தா என்ற பத்திரிகையாளர்.

ஏப்ரல் 19, 1986 ஆம் ஆண்டு ஜெஹானாபாத் மாவட்டத்தின் அர்வால் பகுதியில் ஒரு பணம்படைத்த விவசாயி போலீஸ் ஆதரவுடன் ஒன்பது ஏக்கர் நிலத்தை ஆகிரமித்தார். அந்த இடத்தில் பல நிலமற்ற விவசாயக் குடும்பங்கள் வசித்து வந்தன. ஆகிரமித்தவர் அந்தக் குடும்பங்களை போலீஸ் உதவியுடன் அங்கிருந்து விரட்டிவிட்டு நிலத்தைச் சுற்றி வேலி எழுப்பினார். மஸ்தூர் கிஸான் சமிதியைச் சேர்ந்த நிலமற்ற விவசாயிகள் அதற்கு எதிராக வேலியை நோக்கி ஊர்வலம் சென்றனர். காந்தி நூலகம் அருகே வரும்போது அவர்கள் மீது போலீஸ் திடீரென்று துப்பாக்கி சூடு நடத்தியதில் 21பேர் கொல்லப்பட்டனர். இவர்கள் அனைவரும் நக்சலைட்டுகள், போலீஸ் மீது துப்பாக்கிகளுடன் தாக்குதல் நடத்தியவர்கள் என்று காங்கிரஸ் முதல்வர் பிந்தேஸ்வரி டுபே இந்தப் படுகொலையை நியாயப் படுத்தினார். இதற்குப் பின்பு அரசு MKSS அமைப்பைத் தடை செய்தது.

அதன் பின்பு பார்ட்டி யூனிட்டி அமைப்பானது நேரடி ஆயுதப் போராட்டத்தில் இறங்கியது. 1987 ஆம் ஆண்டு குர்மி சாதியின் படைப்பிரிவான பூமி சேனா என்ற படை பார்ட்டி

யுனிட்டி அமைப்பிடம் முழுமையாகச் சரணடைந்தது. பார்ட்டி யுனிட்டி அமைப்பு ஜமீன் ஜப்தே, ஃபஸல் ஜப்தே (நிலத்தைக் கைப்பற்றுவோம் பயிர்களைக் கைப்பற்றுவோம்) என்ற முழக்கத்துடன் 5000 ஏக்கருக்கு மேலான நிலங்களைக் கைப்பற்றி விநியோகம் செய்தது.

மத்திய பிஹாரில் லிபரேஷன், எம் சி சி, பார்ட்டி யுனிட்டி ஆகிய மூன்று ஆயுதந்தாங்கிய பலமான நக்சல் அமைப்புகள் பணி செய்ததானது ஏராளமான மோதல்களுக்கு வழி செய்தது. இந்த அமைப்புகளுக்கு இடையே இருந்த கொள்கை ரீதியிலான வேறுபாடுகள், ஒரே பகுதியில் வெவ்வேறு விதமான அமைப்புகளை உருவாக முயன்றதால் ஏற்பட்ட பிரச்சினைகள் ஆகியவை இந்த மோதல்களுக்கு வித்திட்டன.

1997 ஆம் ஆண்டு ரண்வீர் சேனா லஷ்மன்பூர் பாதே என்ற பார்ட்டி யுனிட்டி கிராமத்தைத் தாக்கி 63 தலித்துகளைக் கொலை செய்தது. ரண்வீர் சேனாவுடன் மோதல்கள் நடந்து வந்த அதே நேரத்தில் பார்ட்டி யுனிட்டி, லிபரேஷன் அமைப்பின் 82 ஊழியர்களைக் கொன்றுவிட்டதாக அந்தக் கட்சி குற்றம் சாட்டியது. லிபரேஷன் நடத்திய பதிலடித் தாக்குதலில் பார்ட்டி யுனிட்டியின் 65 தோழர்கள் கொல்லப்பட்டனர். எம் சி சிக்கும் பார்ட்டி யுனிட்டிக்கும் இடையே நடந்த மோதல்களில் ஐம்பதுக்கும் மேற்பட்டவர்கள் கொல்லப்பட்டனர்.

இந்த நேரத்தில் மக்கள் யுத்தக் கட்சியானது ஆந்திராவிலும், தண்டகரண்ய பிரதேசத்திலும் மிக வேகமாக வளர்ந்து வந்தது. இக்கட்சியானது தொடர்ந்து நடந்து வரும் அரசின் தாக்குதல்களைத் தாங்கி நிற்க ஒத்த கருத்துடைய மார்க்சிய லெனினிய அமைப்புகளின் ஐய்கியம் அவசியம் என்ற கருத்துக் கொண்டிருந்தது. மக்கள் யுத்தக் கட்சி இணைப்புக்கு ஏற்ற ஒத்த கருத்துள்ள மர்க்சிய லெனினிய கட்சிகளாக பார்ட்டி யுனிட்டியையும், எம் சி சியையும் கருதியிருந்தால் இந்த இரண்டு கட்சிகளுடனும் தொடர்ந்து பேச்சு வார்த்தைகள் நடத்தி வந்தது. இவர்களுக்கு இடையேயான மோதல்களைத் தடுக்கவும் தீவிரமாக முயன்று வந்தது. 1993 ஆம் ஆண்டு இந்த மூன்று கட்சிகளும் இணைந்து செயல்படுவதற்காக அகில இந்திய மக்கள் (அடக்குமுறை) எதிர்ப்பு அமைப்பு all india people's resisitance forum –AIPRF என்ற அமைப்பையும், அகில இந்திய

புரட்சிகர மாணவர் கூட்டமைப்பு All India Revolutionary Students Federation – AIRSF என்ற அமைப்பையும் ஏற்படுத்தின.

ரண்வீர் சேனாவுக்கும் நக்சல் அமைப்புகளுக்கும் இடையே மோதல், நக்சல் அமைப்புகளுக்கு இடையே மோதல், நக்சல் அமைப்புகளுக்கும் அரசுக்கும் இடையே மோதல் என்று பலமுனைகளில் போராட்டங்கள் நடந்து வந்த நேரத்திலேயே இந்த ஒருங்கிணைப்பு முயற்சிகளும் நடந்து வந்தன.

பார்ட்டி யூனிட்டி கட்சியானது மேற்கு வங்காளம் உள்ளிட்ட பல இடங்களில் பணி செய்து வந்தது. கல்கத்தா கல்லூரிகள் சி பி ஐ எம் கட்சியின் மாணவர் அமைப்பான எஸ் எஃப் ஐயின் இரும்புப் பிடியில் இருந்த நேரம் அது. மேற்கு வங்காளத்தில் சி பி ஐ எம்மையும், பிஹாரில் ரண்வீர் சேனா, லிபரேஷன், எம் சி சி ஆகிய அமைப்புகளையும் எதிர்கொள்ளவேண்டிய சூழலில் இருந்த பார்ட்டி யுனிட்டி 1998 ஆம் ஆண்டு ஆகஸ்ட்டில் மக்கள் யுத்தக் கட்சியுடன் இணைந்தது. இந்த இணைப்பின் பயனாக மக்கள் யுத்தக் கட்சி வட இந்தியாவிலும் இயங்கத் தொடங்கியது.

பார்ட்டி யுனிட்டி மக்கள் யுத்தக் கட்சியுடன் இணைந்ததன் காரணமாக புதிய உத்வேகம் பெற்றது. இது எம் சி சியுடனான மோதலை பல மடங்கு அதிகரித்தது. நேற்று வரை ஒருகிணைப்புக்காகப் பேச்சு வார்த்தைகள் நடத்தி வந்த எம் சி சி, பார்ட்டி யுனிட்டியின் மீது உக்கிரமான தாக்குதல்களை நடத்தத் தொடங்கியது. பார்ட்டி யுனிட்டி இப்போது மக்கள் யுத்தக் கட்சியுடன் இணைந்துவிட்ட காரணத்தால் எம் சி சி, மக்கள் யுத்தக் கட்சியின் மீதே தாக்குதல் நடத்துவதாகக் கருதப்பட்டது. மக்கள் யுத்தக் கட்சியும் எம் சி சி மீது கடும் தாக்குதல்களை நடத்தியது. தொடர்ந்து நடந்த சண்டைகளில் 130க்கும் மேற்பட்ட தோழர்கள் இருபுறமும் உயிரிழந்தனர்.

இந்த மோதல் சர்வதேச அளவில் மார்க்சிய லெனினிய கட்சிகளிடையே கடும் அதிருப்தியையும் வெறுப்பையும் தோற்றுவித்தது. பெருவின் ஒளிரும் பாதை கட்சி, நேபாள மாவோயிஸ்ட் கட்சி, அமெரிக்காவின் பால் அவேக்கியான் தலைமையிலான கம்யூனிஸ்ட் கட்சி, துருக்கியின் குர்திஸ்தான் தொழிலாளர் கட்சி ஆகிய மார்க்சிய லெனினிய அமைப்புகள்

ஒருங்கிணைந்து இந்த இரண்டு கட்சிகளுக்கும் கடும் எச்சரிக்கை விடுத்தன. குறிப்பாக எம் சி சி அமைப்பானது தனது உக்கிரமான தாக்குதல்களை நிறுத்திக் கொள்ளாவிட்டால் அதை அனைத்து பன்னாட்டு கூட்டமைப்புகளில் இருந்தும் விலக்கி உலக அளவில் தனிமைப்படுத்தப் போவதாக அந்த அறிக்கையில் திட்டவட்டமாகக் குறிப்பிடப்பட்டிருந்தது.

இந்தச் சண்டைகளும், பன்னாட்டு இடதுசாரி அமைப்புகளின் அறிக்கையும் எம் சி சி அமைப்பில் கடும் விளைவுகளை ஏற்படுத்தின. எம் சி சி அமைப்பானது இந்த மோதல்களுக்குக் காரணமானவர் என்று தங்கள் தலைவர் மீது குற்றம் சாட்டி அவரை அமைப்பில் இருந்து வெளியேற்றியது. மக்கள் யுத்தக் கட்சியின் மீது தொடுத்த தாக்குதல்களுக்கு சுயவிமர்சனம் செய்து கொண்டது. அடுத்த ஐந்து ஆண்டுகள் தொடர்ந்து நடந்த பேச்சு வார்த்தைகளின் விளைவாக 2004 ஆம் ஆண்டு செப்டெம்பர் மாதம் 21 ஆம் தேதி எம் சி சியும் சி பி ஐ எம் எல் மக்கள் யுத்தமும் இணைந்து சி பி ஐ (மாவோயிஸ்ட்) என்ற புதிய கட்சி உருவானது.

இந்த இணைப்பானது நக்சல்பாரி இயக்கத்தின் போக்கில் முக்கியமான மாற்றத்தை ஏற்படுத்தியது. இந்தியா முழுவதும் பரந்து விரிந்திருந்த ஒரு பெரிய கட்சியாக நக்சல்பாரி இயக்கம் மாறியது. அதே நேரம் சிபிஐ மார்க்சிஸ்ட் லெனினிஸ்ட் என்ற பாரம்பரிய பெயரைக் கைவிட்டு புதிய கட்சியாகவும் உருவெடுத்தது. இந்த இணைப்பானது கட்சியின் ராணுவ பலத்திலும் மிகப்பெரிய மாற்றங்களை ஏற்படுத்தியது. மாவோயிஸ்ட் கட்சி ராணுவ கவுன்சில் என்ற அமைப்பை உருவாக்கி பல புதிய ஆயுதங்களை பரிசோதித்துப் பார்த்தது.

2005 ஆம் ஆண்டு நவம்பர் மாதம் மாவோயிஸ்ட் கட்சியானது ஜெஹானாபாத் நகரைத் தாக்கி அங்கிருந்த சிறையிலிருந்து 250 தோழர்களை விடுதலை செய்தது. சிறையிலிருந்த ரண்வீர் சேனாவின் தலைவர் கொல்லப்பட்டார். நகரம் முழுவதும் நக்சலைட்டுகள் வெளிப்படையாக பலமணிநேரம் இயங்கினர். இந்தத் தாக்குதல் அரசு மட்டத்தில் பெரும் அதிர்ச்சியை ஏற்படுத்தியது. இதே போன்ற தாக்குதல்கள் ஒரிஸ்ஸாவிலும் பஸ்தர் மாவட்டத்திலும் நடத்தப்பட்டன.

அடுத்து வந்த ஆண்டுகளில் ரண்வீர் சேனா முழுமையாக முறியடிக்கப்பட்டது. லிபரேஷன் கட்சியுடனான மோதல்கள் அடியோடு நின்றுவிட்டன. அரசும் மாவோயிஸ்ட் கட்சியும் நேரெதிரே நிற்பதாகத் தோன்றியது. அரசு சற்றே பின்வாங்கி நிலைமையை அவதானித்து வந்தது. சோன், கோசி, கங்கை நதிகளில் பெருகியோடிக் கொண்டிருந்த குருதி காய்ந்து படிய, தெளிந்த நீர் ஓடத் தொடங்கியது.

பிஹாரின் அண்டை மாநிலமான மேற்கு வங்காளத்தில் சிபிஎம் கட்சியானது நந்திகிராம் போன்ற பகுதிகளில் சிறப்புப் பொருளாதார மண்டலங்களை உருவாக்கியது. இங்கு விவசாய நிலங்கள் பலவந்தமாகப் பறிமுதல் செய்யப்பட்டு மக்கள் வெளியேற்றப்பட்டனர். இந்த நடவடிக்கைக்கு எதிராகப் போராடுவதற்காக அந்தப் பகுதி மக்களிடையே சிறப்புப் பொருளாதார மண்டல எதிர்ப்பு இயக்கங்கள் தோன்றின. மக்களின் கடும் எதிர்ப்பைப் பொருட்படுத்தாமல் சிபிஐ எம் கட்சி காவல்துறையைக் கொண்டு நிலம் கையகப்படுத்தும் நடவடிக்கையை தீவிரப்படுத்தியது. நந்திகிராம், சிங்கூர் விவசாயிகள் தங்கள் நிலங்களையும் வாழ்வாதாரத்தையும் காப்பாற்றிக் கொள்ள ஜீவ மரணப் போராட்டம் நடத்த வேண்டிய நிலைக்குத் தள்ளப்பட்டனர். வேறு வழி இல்லாத நிலையில் போலீஸ் நடத்திய கடும் தாக்குதல்களை எதிர்கொள்ள பூமி உச்செத் ப்ரதிரோஹி கமிட்டி போன்ற சிறப்புப் பொருளாதார மண்டல எதிர்ப்பு இயக்கங்கள் எல்லைக்கு அப்பால் பிஹார், ஜார்கண்ட் மாநிலங்களில் செயல்பட்டு வந்த மாவோயிஸ்ட் கட்சியுடன் தொடர்பு கொண்டன.

மேற்கு வங்காளத்தில் நக்சல்பாரி இயக்கம் ஒழிக்கப்பட்டு முப்பது ஆண்டுகளுக்குப் பிறகு, மார்க்சிஸ்ட் கட்சி அசைக்க முடியாத ஆளும் கட்சியாகத் திகழ்ந்து வந்த நேரத்தில், மாநிலத்தில் எல்லைகளில் மாவோயிஸ்ட் கட்சி என்ற பெயர் பூண்ட இந்தப் புதிய நக்ஸபாரிக் கட்சி வந்து நின்றது.

மீண்டும் வங்கம்

மேற்கு வங்கத்தில் சிபிஐ எம் கட்சிக்கு எதிராக அடுத்தடுத்து வெடித்த நந்திகிராம், சிங்குகூர், லால்கர் எழுச்சிகளைப் புரிந்து கொள்ள சிறு, குறு விவசாயிகள், மார்க்சிஸ்ட் கட்சி, நிலம் என்ற முக்கோணத்தைப் புரிந்து கொள்வது அவசியம்.

ஆபரேஷன் பர்கா

சுதந்திர இந்தியாவின் மிகப் பெரிய பிரச்சினைகளில் ஒன்று குத்தகை விவசாயிகளின் மேல் பெருநிலப்பிரபுக்களால் நிகழ்த்தப்பட்டு வந்த அடக்குமுறையும், சுரண்டலுமாகும். பெருநிலப்பிரபுக்களிடம் நிலத்தைக் குத்தகையாகப் பெற்று விவசாயம் செய்துவந்த சிறு விவசாயிகள் தங்கள் உழைப்பில் பெரும்பகுதியை நிலப்பிரபுவுக்குக் குத்தகையாகக் கொடுக்கவேண்டி வந்தது. எந்த நேரமும் நிலத்தைவிட்டு வெளியேற்றப்படலாம் என்ற பயத்திலேயே வாழவேண்டியிருந்தது. இந்திய கிரமப்புறங்களில் நிலவிய குரூரமான வன்முறைக்கும் அடக்குமுறைக்கும் தலித்துகள் மீதான பண்ணையடிமை முறையைப் போலவே சிறுகுறு விவசாயிகளைப் பாதித்த இந்த குத்தகை விவசாய முறையும் காரணமாக இருந்தது.

குத்தகை விவசாயிகளுக்கு பாதுகாப்பு அளிக்கும் வகையில் உருவாக்கப்பட்ட நிலச்சீர்திருத்தச் சட்டம் 1955 (land reforms act of India 1955) மற்றும் அதன் திருத்தங்கள் உரிய பலனளிக்கவில்லை. அதற்குக் காரணம் இச்சட்டங்களில்

நிறைய ஓட்டைகள் இருந்தன. குத்தகை விவசாயி தான் குத்தகைக்குப் பெற்றுள்ள நிலத்தின் மீது தனக்குள்ள உரிமையை நிலைநாட்ட அவர் அரசிடம் குத்தகைதாரராகப் பதிவு செய்திருக்கவேண்டும். நிலப்பிரபுவுக்கு குத்தகைப் பணம் கொடுத்து ரசீது பெற்றிருக்கவேண்டும். நிலத்தை காலியாகப் போட்டு வைத்திருக்கக் கூடாது. நிலப்பிரபு தனது சொந்த உபயோகத்திற்கு எப்போது வேண்டுமானலும் அந்த நிலத்தை எடுத்துக் கொள்ளலாம் என்றெல்லாம் விதிகள் இருந்தன. இவையெல்லாம் நடைமுறை சாத்தியமற்றவை. எந்த குத்தகை விவசாயியும் சர்வ வல்லமை வாய்ந்த நிலப்பிரபுவிடம் சென்று ரசீது கேட்கமுடியாது. நிலப்பிரபுவை மீறி அதிகாரிகளிடம் பதிவு செய்து கொள்ளவும் முடியாது. இதனால் இந்தச் சட்டம் பெரிய வெற்றி பெறவில்லை. வடகிழக்கு மாநிலங்களைத் தவிர இந்தியா முழுவதும் இருந்த நிலைமை இதுதான்.

எனவே உழுபவர்களுக்கே நிலம் என்பது பொதுவுடமைக் கட்சிகளின் முக்கியமான முழக்கமாகவும், செயல்திட்டமாகவும் இருந்தது. நிலத்தின் மீதான உரிமைகளைப் பெற்றுத் தரப் போராடியதாலேயே இடதுசாரிக் கட்சிகளை விவசாயிகள் ஆதரித்தனர். மேற்கு வங்கத்தில் 1967 ஆம் ஆண்டு இடதுசாரிகள் பங்குபெற்ற கூட்டணி அரசு அமைந்தபோது மக்கள், அரசானது நிலச்சீர்திருத்தத்தை முறையாக நடத்தவேண்டும் என்று எதிர்பார்த்தனர். அதன் படியே சிபிஎம் கட்சியைச் சேர்ந்த அமைச்சர்களான ஹரே கிருஷ்ண கோனாரும், பினாய் சௌத்திரியும் நிலச் சீர்திருத்தை தீவிரமாக முன்னெடுத்தனர்.

இந்த நடவடிக்கையிலிருந்து தப்ப நிலப்பிரபுக்கள் பல்லாயிரம் குத்தகை விவசாயிகளை தங்கள் நிலங்களில் இருந்து வெளியேற்றினர், இதெல்லாம் நக்சல்பாரி எழுச்சிக்குக் காரணமாக அமைந்தது என்பதை முன்பு பார்த்தோம். நக்சல்பாரி எழுச்சியின் காரணமாக 1970ல் ஆட்சி கலைக்கப்பட்டது. பின்பு வந்த காங்கிரஸ் அரசு நிலச்சீர்திருத்தத்தைக் கிடப்பில் போட்டது.

1977 தேர்தலில் வென்று மேற்கு வங்காளத்தில் ஆட்சியமைத்த ஜோதிபாசு தலைமையிலான இடது கூட்டணி அரசு முழுவீச்சில் நிலச் சீர்திருத்தத்தில் இறங்கியது. நிலச்சீர்திருத்தச் சட்டத்தில் இருந்த பல்வேறு ஓட்டைகளை அடைத்தது. 1967 ஆம் ஆண்டு நடந்ததுபோல நிலப்பிரபுக்கள் குத்தகை விவசாயிகளை

நிலத்தை விட்டு வெளியேற்றுவதைத் தடுக்க பல முக்கியமான முன்னெச்சரிகை நடவடிக்கைகளை எடுத்தது.

ஆபரேஷன் பர்கா (பர்க்காதார்-குத்தகைதாரர்) என்ற நிலவுரிமையளிக்கும் நடவடிக்கையை அரசு செயல்படுத்தத் தொடங்கியது. கவனமாகத் திட்டமிடப்பட்ட இந்த நடவடிக்கையின் மூலம் அரசு, கிராமங்கள் தோறும் அதிகாரிகளையும், கட்சி அணிகளையும் முடுக்கிவிட்டு குத்தகைதாரர்களின் உரிமைகளைப் பற்றிய பெரும் பிரச்சாரத்தை முன்னெடுத்து விழிப்புணர்வை ஏற்படுத்தியது. குத்தகை விவசாயிகளை அமைப்பாகத் திரட்டியது. சிபிஐ எம் கட்சி உறுதியான பக்கபலமாக நின்று குத்தகை விவசாயிகளை அரசிடம் பதிவு செய்யச் செய்தது. சிபிஐ எம் கட்சி ஊழியர்கள் பாதுகாப்பளித்ததன் காரணமாக நக்ஸல்பாரி எழுச்சி காலத்தில் நடந்ததுபோல நிலப்பிரபுக்கள் விவசாயிகளை நிலங்களை விட்டு பலவந்தமாக வெளியேற்றுவது முழுமையாகத் தடுக்கப்பட்டது.

மார்க்சிஸ்ட் அரசு எடுத்த திட்டவட்டமான நடவடிக்கைகளின் காரணமாக அடுத்து வந்த ஆண்டுகளில் சுமார் 18 லட்சம் குத்தகைதாரர்கள் தங்களைப் பதிவுசெய்து கொண்டனர். இவர்களின் குடும்பத்தினரையும் சேர்த்து சுமார் ஒரு கோடி மக்கள் தாங்கள் குத்தகைக்கு உழுது வந்த நிலங்களில் நிலைத்துத் தங்கியிருக்கும் வாய்ப்பைப் பெற்றனர். சட்டப்பூர்வமான பாதுகாப்பும் பெற்றனர். பின்பு 1981ல் மார்க்சிஸ்ட் அரசு, காப்பி, தேயிலை, ரப்பர் தோட்டங்கள், ஏரிகள், குளங்கள், மத நிறுவனங்கள், டிரஸ்டுகள் ஆகியவற்றிற்குக் கொடுக்கப்பட்டிருந்த விலக்கை ரத்து செய்து அங்கும் குத்தகை விவசாயிகளுக்கு நில உரிமைகள் உண்டு என்ற சட்டம் கொண்டு வந்தது. ஆனால் இந்தச் சட்டம் மத்திய அரசின் எதிர்ப்பால் பல ஆண்டுகள் நடைமுறைக்கு வரவில்லை.

ஆபரேஷன் பர்காவை செயல்படுத்தும்போது அரசு அதிகாரிகளை மட்டும் நம்பினால் குத்தகை விவசாயிகளுக்கு உரிய நியாயம் கிடைக்காது என்று கருதிய மார்க்சிஸ்ட் அரசு, தனது கட்சி அணிகளையும் குத்தகை விவசாயிகளைத் திரட்டி நம்பிக்கையூட்டும் பணியில் ஈடுபடுத்தியது நிலச்சீர்திருத்தம் பெரிய அளவில் வெற்றிபெறக் காரணமானது. இதன் காரணமாக மார்க்சிஸ்ட் கட்சி விவசாயிகளின் ஆதரவைப் பெற்று

வங்காள கிராமப் புறங்களில் ஆழமாக வேரூன்றி மக்களின் அன்றாட வாழ்க்கையில் பிரிக்கமுடியாத அங்கமாக மாறியது. மக்களுக்கும் அரசுக்குமான உறவு மேம்பட்டதன் காரணமாக மக்களின் வாழ்நிலை மிகுந்த முன்னேற்றமடைந்தது.

ஆப்ரேஷன் பர்க்காவுக்குப் பிறகு நிலப்பிரபு தனது நிலங்களை விற்க விரும்பினால் அதில் விவசாயம் செய்துவரும் குத்தகை விவசாயிக்கு முன்னுரிமை அளிக்கவேண்டும் என்ற நிலச்சீர்திருத்த சட்டம் திட்டவட்டமாக அமுல்படுத்தப்பட்டது. இதை நடைமுறைப்படுத்துவதற்காக அரசு லேண்ட் கார்பரேஷன் என்ற அமைப்பை உருவாக்கி குத்தகை விவசாயிகள் தாங்கள் உழுது வரும் நிலங்களை தாங்களே விலைக்கு வாங்கிக்கொள்ள நிதியுதவியளித்தது. ஆனால் விவசாயிகள் நிலங்களை வாங்கிக் கொள்ளும் நடவடிக்கையை மத்திய அரசு ஆதரிக்காததால் அது பெரிய வெற்றி பெறவில்லை. இருந்தபோதிலும் சிபிஎம் கட்சியணிகள் களத்தில் செயல்பட்டு குத்தகை விவசாயிகளை நிலத்தைவிட்டு வெளியேற்றுவதை அடியோடு தடுத்து நிறுத்தினர். ஜோதேதார்கள் எனப்படும் நிலப்பிரபுக்கள் ஆபரேஷன் பர்காவிற்கு எதிராக வன்முறைத் தாக்குதல்கள் நடத்தியபோது சிபிஎம், சிபிஐ உள்ளிட்ட அனைத்து இடதுசாரிக் கட்சிகளும் ஒருங்கிணைந்து அதை முறியடித்தன.

இந்த ஆபரேஷன் பர்காவானது குத்தகை விவசாயிகள் விளைச்சலில் 75 சதவீதத்தை தாங்களே வைத்துக் கொள்ள சட்டத்தின் மூலம் வழி செய்தது. குத்தகை விவசாயிகளின் மீதான சுரண்டல் அடியோடு நின்றுபோனது. சிபிஎம் அரசு கொண்டுவந்த புதிய சட்டம் ஒருவர் குத்தகை விவசாயி அல்ல என்று நிரூபிக்கும் பொறுப்பை நிலப்பிரபுவிடம் விட்டது. சொந்த உபயோகத்துக்காக நிலப்பிரபு நிலத்தை தான் திரும்ப எடுத்துக் கொள்ளலாம் என்ற சட்டப்பிரிவு இருந்தது. சிபிஐ எம் அரசானது சொந்த பயன்பாடு என்பது நிலப்பிரபு எடுத்துக்கொள்ளும் நிலத்தைத் தானே உழ வேண்டும் என்ற விளக்கமளித்து, ஒரு குத்தகை விவசாயியை வெளியேற்றிவிட்டு இன்னொருவரை அவரிடத்தில் அமர்த்தக் கூடாது என்பது போன்ற கடுமையான கட்டுப்பாடுகள் விதித்தது.

இந்தியா முழுவதிலும் நிலச்சீர்திருத்தம் பெரும் தோல்வியடைந்த போது மார்க்சிஸ்ட் கட்சி செயல்படுத்திய ஆப்பரேஷன்

பர்க்காவின் காரணமாக வங்காளத்தில் அது மகத்தான வெற்றி பெற்றது. விவசாய வளர்ச்சி உச்சத்தை எட்டியது. கிராமப்புற வறுமை பெரிய அளவிற்குக் குறைந்தது. பட்டினி குறைந்து எல்லோருக்கும் நல்ல உணவு கிடைத்தது. 65 சதவீத குத்தகைதாரகள் பதிவு செய்யப்பட்டனர். பானர்ஜி அண்டு கடக் சர்வே (*banerjee and ghatak survey*) என்ற ஆய்வு நிறுவனம் ஆபரேஷன் பர்காவின் காரணமாக விவசாய உற்பத்தி 36 சதவீதம் உயர்ந்தது என்று கூறுகிறது. இந்த ஆபரேஷன் பர்காமீது பல விமர்சனங்கள் உள்ளன. இது வளத்தையல்ல வறுமையை பரவலாக்கியது. நவீனத் தொழில் நுட்பம் வருவதை தடை செய்தது என்றெல்லாம் கூறப்பட்டது. ஆனால் 2008 வரை மேற்கு வங்க கிராமப் புறங்களில் சிபிஐ எம் கட்சிக்கு இருந்த செல்வாக்கைப் பார்க்கும் போது மக்கள் கட்சியின் மீது நம்பிக்கை கொண்டிருந்தனர் என்பதையும், இந்த நடவடிக்கைகளால் பலனடைந்தனர் என்பதையும் உணர முடிகிறது.

பெரும் தொழில் நகரான கல்கத்தாவில் சி ஐ டி யு தொழிற்சங்கமானது தொழிற்கூடங்களை ஒழுங்காக இயங்க விடமாட்டேனென்கிறது, அதீத அரசியல் மயப்படுத்தப்பட்ட தொழிலாளர்கள் உற்பத்திக்கான கட்டுப்பாடு கொண்டவர்களாக இல்லை என்று முதலாளித்துவவாதிகள் குற்றம் சாட்டினர். கல்கத்தாவிலிருந்து தொழில்கள் வெளியேறிக் கொண்டே இருப்பதாகவும் கல்கத்தா செத்துக் கொண்டிருக்கும் நகரம் என்றும் முத்திரை குத்தினர். ஆனால் இன்றுவரை எல்லா பெருமுதலாளிகளும் மேற்கு வங்கத்தில் முதலீடுகள் செய்து கொண்டும், தொழில்கள் நடத்திக் கொண்டுமே உள்ளனர்.

சிபிஐ எம் கட்சிக்கு பிரச்சினை வேறு இடத்திலிருந்து வந்தது. கல்கத்தா ஹுக்ளி நதியின் மீது அமைந்துள்ள துறைமுகமாகும். இந்நகரம் கடலிலிருந்து 230 கிலோமீட்டர் தொலைவிலுள்ளது. உலகமய காலத்தில் பெருமளவு அதிகரித்த சரக்குப் போக்குவரத்துக்கு இந்தத் துறைமுகம் போதவில்லை. பக்கத்தில் ஹால்டியா என்று இன்னொரு துறைமுகத்தை உருவாக்கியும்கூட சரக்குப் போக்குவரத்தில் இருந்த சிக்கல் தீரவில்லை. இதனால் மேற்குவங்க அரசு கடுமையாகப் பாதிக்கப்பட்டது. தவிர உலகமய சீர்திருத்தங்களால் விவசாயப் பொருட்களிலிருந்து கிடைத்த வருவாயும் குறையத் தொடங்கியது.

ஒன்றிய அரசானது வளர்ச்சிப்பணிகளுக்கும், அத்தியாவசிய சேவைகளுக்கும் மாநில அரசுகளுக்குக் கொடுத்து வந்த நிதியுதவியைக் குறைத்து வந்தது. சேவைத் துறைகள் அனைத்தும் தனியார் மயமாக்கப்பட வேண்டும், மாநில அரசுகள் அந்தப் பணிகளைச் செய்யக் கூடாது என்று ஒன்றிய அரசு வலியுறுத்தியது.

உலகமயத்தையும் தனியார் மயத்தையும் ஏற்றுக் கொள்ளாவிட்டால் ஒரு மாநில அரசு இயங்குவது சாத்தியமே இல்லை என்ற நிலை பொருளாதார சீர்திருத்தங்களால் உருவானது. வேறு வழி இல்லாத நிலையில் மேற்கு வங்க இடதுசாரி அரசும் மாநிலத்தை உலகம் முழுவதுமுள்ள கார்ப்பரேட்டுகளின் முதலீடுகளுக்குத் திறந்து விட்டது. அவ்வாறு மேற்கு வங்கத்தில் முதலீடு செய்ய வரும் கார்ப்பரேட் நிறுவனங்கள் பெரும் பெரும் தொழில் நிலையங்கள் அமைக்க ஏராளமான நிலம் தேவைப்பட்டது.

எனவே இந்த நிறுவனங்களுக்காக நிலம் கையகப்படுத்தும் வேலையில் அரசு இறங்கியது.

இதற்குப் பலகாலம் முன்பு 1990 களில் கல்கத்தாவின் சால்ட் லேக் பகுதிக்கு அருகில் அதைவிட மூன்று மடங்கு பெரிய ரஜர்ஹட் என்ற பிராம்மாண்டமான புதிய நகரை ஜோதிபாசு திட்டமிட்டு உருவாக்கினார். 93 சதுர கிலோமீட்டர் நிலப்பரப்பில் ஆறுகளும், ஏரிகளும் பசுமையான வயல்வெளிகளும் கொண்ட நிலப்பரப்பில் இந்த நகரம் அமைந்தது. மக்களுக்கு உரிய நட்ட ஈடு வழங்கப்பட்டது. இந்த நகரால் வேலை வாய்ப்புகளும் அதிகரித்தன. முணுமுணுப்புகள், சிறிய எதிர்ப்புகளுக்கு மேல் சிக்கல் எதுவும் வரவில்லை. இந்த அனுபவத்தால் தொழில் குழுமங்கள் அமைக்க நிலம் கையகப்படுத்துவது எளிதாக நடத்துவிடும் என்று சிபிஐ எம் அரசு நினைத்தது. ஆனால் புத்ததேவ் பட்டாச்சார்யா ஜோதிபாசு அல்ல.

நந்திகிராம்

2007 ஆம் ஆண்டு நந்திகிராமில் சி.பி.ஐ.எம் அரசால் உருவாக்கப்பட்ட சிறப்புப் பொருளாதார மண்டலத்தில் இந்தோனேஷியாவின் சலீம் குழுமம் பிரம்மாண்டமான கெமிக்கல் தொழில் கூடங்கள் தொடங்க இருந்தது. இதற்கு பத்தாயிரம் ஏக்கர் நிலம் தேவைப்பட்டதால் அரசு மிகத்

தீவிரமாக நிலம் கையகப்படுத்தும் நடவடிக்கையில் இறங்கியது. ஆப்பரேஷன் பர்க்கா மற்றும் அதைத் தொடர்ந்த சிபிஐ எம் கட்சியின் அரசியல் படுத்தும் நடவடிக்கைகளால் தங்கள் நிலங்களின் மீது ஆழ்ந்த பற்றும். உரிமைகளுக்காக போராடும் மனநிலையும், அமைப்பாகத் திரளும் பயிற்சியும் கொண்டிருந்த விவசாயிகள் தங்கள் நிலங்களை விட்டுக் கொடுக்க மறுத்தனர்.

2000லிருந்து சிறப்புப் பொருளாதார மண்டலங்களுக்காக நிலங்களை விவசாயிகளிடம் வாங்குவது, சரியான மொழியில் சொன்னால் பிடுங்குவது இந்தியா முழுவதும் தடையின்றி நடந்து வந்தது. நந்திகிராம் ஒரே ஒரு கிராமம் மட்டுமே முதல் முதலாக சிறப்புப் பொருளாதார மண்டலத்துக்காக நிலம் கையகப்படுத்தும் நடவடிக்கையை எதிர்த்து நின்றது.

விவசாயிகளுக்கு நில உரிமையை வழங்கிய சி பி ஐ எம் அரசின் செயல்பாடே அவ்வுரிமையை மறுக்க முயன்றதற்கு பெரும் தடையாக அமைந்தது ஒரு முரண்நகை ஆகும்.

அரசு நிலம் கையகப்படுத்தும் நடவடிக்கையை நிறுத்த மறுத்து விடாப்பிடியாக நின்றதில் பல குளறுபடிகள் நடந்தன. விவசாயிகள் தங்கள் உரிமைகளைப் பாதுகாத்துக் கொள்ள பூமி உச்செட் ப்ரதிரோத் கமிட்டி என்ற அமைப்பை உருவாக்கினர். அரசு போலீஸ் படைகளையும், சிபிஐ எம் கட்சி அணிகளையும் கொண்டு பலவந்தமாக நிலம் கையகப்படுத்தும் பணியைத் தொடங்கியது. போராடிய மக்கள் மீது தாக்குதல் தொடுத்தது. ஏராளமான விவசாயிகள் கைது செய்யப்பட்டனர்.

பூமி உச்செட் ப்ரதிரோத் கமிட்டியானது, திருணாமூல் காங்கிரஸ், மாவோயிஸ்ட் கட்சி ஆகியவற்றிடம் ஆதரவு கோரியது. திருணாமூல் காங்கிரஸ் சிபிஐ எம் கட்சியின் நடவடிக்கைகளுக்கு கடும் எதிர்ப்புத் தெரிவித்ததுடன் நிலம் கையகப்படுத்தும் நடவடிக்கைகளுக்கு எதிரான போராட்டங்களிலும் பங்கெடுத்துக் கொண்டது. மாவோயிஸ்ட் கட்சி மக்கள் போராட்டங்களுக்கு ஆதரவு தெரிவித்தது. போராட்டங்களை மாவோயிஸ்ட் கட்சிதான் நடத்துகிறது என்று அரசு குற்றம் சாட்டியது. மாவோயிஸ்ட் கட்சியின் ஊழியர்களும் தலைவர்களும் இந்தப் போராட்டத்தில் பங்குகொண்டதை ஊர்ஜிதப்படுத்தும் தகவல்கள் ஏராளமாக உள்ளன.

பூமி உச்செட் ப்ரதிரோத் கமிட்டி 2007 ஆம் ஆண்டு ஜனவரியிலிருந்து மார்ச் வரை சாலைகளில் பெரும் குழிகள் வெட்டி போக்குவரத்தைத் தடை செய்து போலீசும் மார்க்சிஸ்ட் கட்சி ஊழியர்களும் பகுதிக்குள் நுழையாமல் தடுத்தது. இந்த அமைப்பு உள்ளூர் நிர்வாகத்தை முழுவதுமாகத் தன் கையில் எடுத்துக்கொண்டது. கமிட்டி உறுப்பினர்களான விவசாயிகள் பகுதி முழுவதிலும் நடமாடி அனைத்து நிலம் கையகப்படுத்தும் நடவடிக்கைகளையும் தடுத்து நிறுத்தினர். அரசின் பிரதிநிதியான எந்த அதிகாரியும் அங்கே தலைகாட்ட முடியாத நிலை ஏற்பட்டது. நிலம் கையகப் படுத்தும் அரசு நடவடிக்கைகளுக்கு உதவியாக இருந்த சிபிஐ எம் கட்சியின் 3500 ஊழியர்கள் விவசாயிகளின் தாக்குதலால் அப்பகுதியிலிருந்து தப்பியோடி முகாம்களில் அடைக்கலம் புகுந்தனர் என்று தி இந்து செய்திக் குறிப்பு கூறியது.

2007 மார்ச் 14 ஆம் தேதி நந்திகிராம் பகுதியில் நிலைமையைக் கட்டுக்குள் கொண்டுவர மாநில அரசு 3000 பேர் கொண்ட போலீஸ் படையை அனுப்பியது. உள்ளூர் மக்கள் சுமார் 5000 பேர் ஒன்று திரண்டு போலீசைத் தடுத்தனர். தொடர்ந்து நடந்த துப்பாக்கி சூட்டில் 14 விவசாயிகள் கொல்லப்பட்டனர். 70 காயம்பட்டனர் என்று அரசு கூறியது. ஆனால் 100 க்கும் மேற்பட்டவர்கள் காணாமல் போயினர் என்று போராட்டக் கமிட்டி அறிவித்தது. திருணாமூல் காங்கிரஸ் 50 பேர் கொல்லப்பட்டதாகக் மதிப்பிட்டது. மார்க்சிஸ்ட் கட்சியினர் அந்தப் பகுதி முழுவதும் செக் போஸ்ட்கள் அமைத்து சுற்றி வளைத்திருந்தனர் என்று அப்பகுதிக்கு சென்ற பத்திரிக்கையாளர்கள் கூறினர்.

அம்னஸ்டி இண்டர்னேஷனல், மாநில கவர்னர் கோபால் கிருஷ்ண காந்தி, ஏராளமான இடதுசாரி அறிவுஜீவிகள், மார்க்சிஸ்ட் அரசின் இந்தத் தாக்குதல் நடவடிக்கைக்குக் கடும் கண்டனம் தெரிவித்தனர். சிபிஐஎம் அரசுக்கு எதிராக நாடுமுழுவதும் பொங்கியெழுந்த எதிர்ப்பலையின் தீவிரத்தால் அதிர்ந்து போன அரசு நிலம் கையகப்படுத்தும் நடவடிக்கையை மார்ச் 14க்குக் பிறகு நிறுத்தி வைத்தது. மக்கள் விருப்பமில்லாமல் நிலம் கையகப்படுத்தப்படாது என்று அறிவித்தது. சிபிஐ எம் கட்சியானது தங்கள் ஊழியர்கள் தங்கியிருந்த நிவாரண முகாம்களின் மீது நந்திகிராம் போராட்டக்காரர்கள் தாக்குதல்

நடத்தியதில் மூன்று சிபிஐஎம் தொண்டர்கள் கொல்லப்பட்டதாகத் தெரிவித்தது.

செப்டம்பர் மாதம் மூன்றாம் தேதி முதல்வர் புத்ததேவ் பட்டாச்சார்யா நந்திகிராமில் கெமிகல் ஆலைகள் அமைப்பதைக் கைவிட்டு நயாசார் என்ற மக்கள் தொகை குறைவாக உள்ள இடத்தில் இந்த ஆலைகளை அமைக்கப்போவதாக அறிவித்தார்.

2007 நவம்பர் மாதத்தில் நந்திகிராமிலிருந்து தப்பியோடிய பெருந்திரளான சி பி ஐ எம் தொண்டர்கள் துப்பாக்கிகளுடன் தங்கள் வீடுகளுக்குத் திரும்பினர். இதன் பின்பு தொடர்ந்து நடந்த துப்பாக்கி சண்டைகளில் சிவில் நிர்வாகம் திரும்பவும் சீர்குலைந்தது.

மகேஸ்வேதா தேவி, அருந்ததி ராய், மேதா பட்கர், கவிஞர் ருசித் ஷா சுப்ரப்ரசன்னா, சலோனி மித்ரா உள்ளிட்ட முக்கியமான அற்வுஜீவிகள் மாநில அரசைக் கண்டித்தனர். இது சி பி ஐ எம் ஆதரவுத் தளத்தின் மீது மிக முக்கியமான தாக்கத்தை ஏற்படுத்தியது.

சிங்கூர்

சிங்கூர் பகுதி மேற்கு வங்காளத்திலேயே மிகவும் செழிப்பானது. அங்கே 80 சதவீத நிலங்கள் பாசன வசதி பெற்றவை. 2006 ஆம் ஆண்டு மே மாதத்தில் அந்தப் பகுதியில் டாட்டாவின் நானோ கார் தொழிற்சாலை அமைக்க 997 ஏக்கர் நிலத்தைக் கையகப்படுத்த அரசு முடிவு செய்தது. பெரும்பாலும் சிறு விவசாயிகள் மற்றும் விவசாயக் கூலிகள், இவர்களோடு அந்தப் பகுதியை நம்பி பல்வேறு தொழில்களில் ஈடுபட்டு வந்தவர்கள் உள்ளிட்ட சுமார் ஆறாயிரம் குடும்பங்கள் தங்கள் நிலங்களையும் வாழ்வாதாரங்களையும் இழக்க வேண்டிய சூழ்நிலை ஏற்பட்டது. இந்த மக்கள் அனைவருமே அங்கே டாடா நிறுவனம் வருவதை எதிர்த்தாலும் பல்வேறு வற்புறுத்தல்கள், மிரட்டல்களின் காரணமாக சுமார் 400 ஏக்கர் நிலத்தை உரிமையாளர்கள் அரசிடம் விற்பனை செய்தனர். மீதி நில உரிமையாளர்கள் நிலத்தை ஒப்படைக்க மறுத்து மாநில அமைச்சர்களுக்குக் கருப்புக் கொடி காட்டுவது, ஊர்வலங்கள் ஆர்ப்பாட்டங்கள் நடத்துவது அரசு அலுவலகங்களை முற்றுகையிடுவது என்று பல்வேறு போராட்ட

நடவடிக்கைகளில் ஈடுபட்டு வந்தனர். சந்தோஷிமாதோலா போன்ற கிராமங்களில் அரசு அதிகாரிகள் நுழைவதை மக்கள் தடுத்து நிறுத்தினர்.

இந்தப் போராட்டங்களின் காரணமாக சிங்கூர் ஊடகங்களின் தலைப்புச் செய்தியாக மாறியது. ஒரு பன்னாட்டு உண்மையறியும் குழு இந்தப் பகுதிக்கு வந்து ஆய்வு செய்து மக்கள் வழ்விடங்களில் இருந்து வெளியேற்றப்படும் நிலையுள்ளது என்று அறிவித்தது. இவ்வளவு எதிர்ப்பு இருந்த போதும் சிபிஐ எம் அரசானது 2006 செப்டம்பர் 1 ஆம் தேதி பலவந்தமாக நிலங்களைக் கையகப்படுத்தும் நடவடிக்கையைத் தொடங்கியது. இதைத் தடுக்க முயன்றவர்கள் மீது போலீஸ் நடத்திய தடியடியில் நூற்றுக்கணக்கானவர்கள் காயம்பட்டனர். 27 பெண்கள் உள்ளிட்ட 78 பேர் படுகாயமடைந்தனர்.

இந்த நிலையில் சிங்கூர் நிலப்பகுதி முழுவதும் 2006 ஆம் ஆண்டு டிசம்பர் 1 ஆம் தேதி அரசால் வேலியிடப்பட்டது. நில உரிமை அமைப்பைச் சேர்ந்த இருபது வயது பெண் செயல்பாட்டளரான தபஸி மாலிக் சி பி ஐ எம் தொண்டர்களால் எரித்துக் கொல்லப்பட்டார். பின்பு இந்தக் கொலை வழக்கில் சிபிஐ எம் பகுதி கமிட்டி செயலாளர் சுஜரித் தத்தா சி பி ஐயால் கைது செய்யப்பட்டார். தொடர்ந்த போராட்டங்களால் அக்டோபர் 2008 இல் டாட்டா சிங்கூரில் இருந்து வெளியேறுவதாக அறிவித்தது.

லால்கர்

லால்கர் பகுதியானது ஜார்கண்ட், ஒரிஸ்ஸா எல்லையில் உள்ள ஜர்காம் மாவட்டத்தில் பழங்குடி மக்கள் பெரும்பான்மையாக வாழ்ந்து வந்த ஒரு கிராம பஞ்சாயத்தாகும். ஜார்கண்ட், ஒரிஸ்ஸா மாநிலங்களில் செயல்பட்டு வந்த மாவோயிஸ்டுகள் மேற்கு வங்கத்தின் லால்கர் பகுதியிலும் அரசியல் பணி செய்யத் தொடங்கியிருந்தனர்.

2008 ஆம் ஆண்டு நவம்பர் மாதம் 2 ஆம் தேதி மேற்கு வங்காளத்தின் ஷல்போனி பகுதியில் ஜிண்டல் இரும்பு உருக்காலைக்கு அடிக்கல் நாட்ட முதலமைச்சர் புத்ததேவ் பட்டாச்சார்யாவும், மத்திய அமைச்சர் ராம் விலாஸ் பாஸ்வானும் சென்று கொண்டிருந்தனர். அப்போது கண்ணி வெடி வெடித்து

வண்டித் தொடரின் இறுதியில் வந்த ஜீப்பில் இருந்த ஆறு போலீசார் படுகாயமடைந்தனர். மாவோயிஸ்ட் கட்சி இந்தத் தாக்குதலுக்குப் பொறுப்பேற்றுக் கொண்டு பழங்குடி மக்களின் நிலத்தில் இரும்பு உருக்கு ஆலை அமைக்க முயன்றதற்காக முதல்வர் மீது இந்தத் தாக்குதல் நடத்தப்பட்டது என்று அறிவித்தது. இதற்குப் பிறகு காவல்துறை லால்கர் பகுதியில் பெரும் தேடுதல் வேட்டையில் இறங்கியது. ஏராளமானவர்கள் கொடுமையாக அடித்து நொறுக்கப்பட்டனர். விசாரணைக்கு என்று பிடித்துச் செல்லப்பட்டனர். பல பெண்கள் போலீசால் பாலியல் வன்முறைக்கும் உள்ளாக்கப்பட்டனர். தொடர்ந்த போலீஸ் தாக்குதல்களால் அந்தப் பகுதி முழுவதும் பெரும் பீதியில் உறைந்து போனது. மக்கள் வெளிக்காட்டிக் கொள்ள முடியாத கோபத்தில் குமைந்து கொண்டிருந்தனர்.

நவம்பர் 4 ஆம் தேதி 8, 9 வகுப்புகளில் படித்து வந்த லால்கரைச் சேர்ந்த மூன்று சிறுவர்கள் போலீஸால் கைது செய்யப்பட்டனர். ஏற்கெனவே கடும் கோபத்திலிருந்த லால்கர் பகுதி வெடித்துச் சிதறியது. மக்கள் பெரும் எண்ணிக்கையில் லால்கர் காவல்நிலையத்தைச் சூழ்ந்து கொண்டனர். மரங்களை வெட்டிப் போட்டு சாலைகளை மறித்தனர். நேரம் செல்லச் செல்ல மக்கள் கூட்டம் அதிகரித்துக்கொண்டே இருந்தது. முதல் முதலாக காவல்துறைக்கு எதிராக நிமிர்ந்து நின்ற மக்கள் துப்பாக்கிகளுக்கும் மிரட்டல்களுக்கும் அஞ்ச மறுத்தனர். இந்தப் போராட்டத்திலிருந்து காவல்துறை அடக்குமுறை எதிர்ப்புக் குழு போலீஸ் சண்ட்ராஸ் பித்ரோஹி ஜனொசதாரண் கமிட்டி என்ற அமைப்பு உருவாகியது.

இப்பகுதியில் மாவோயிஸ்ட் வருகைக்கு முன்பே காவல்துறை நினைத்த போதெல்லாம் பழங்குடி மக்களைக் கைதுசெய்து கொடுமைப்படுத்தி வந்தது. இதற்கு ஒரு முடிவுகட்ட வேண்டும் என்று கோரிய பழங்குடி மக்கள் தங்கள் பகுதிக்கு மருத்துவமனைகள், பள்ளிகள், சாலைகள் வேண்டும், தாங்கள் சேகரிக்கும் வனப் பொருட்களுக்கு உரிய விலை அளிக்கப்பட வேண்டும், வன அதிகாரிகளின் கொடுமைகளுக்கு முடிவு கட்ட வேண்டும், மரம் கடத்தும் மாபியாவிடமிருந்து விடுதலை வேண்டும் ஆகிய நீண்டகாலக் கோரிக்கைகள் நிறைவேற்றப்பட வேண்டும் என்று முழங்கினர்.

காவல்நிலைய முற்றுகை நாள்கணக்கில் தொடர்ந்து கொண்டேயிருந்தது. சுற்றிலுமிருந்த ஆதிவாசி கிராமங்களிலிருந்து மேலும் மேலும் மக்கள் பெரும் திரளாக வந்து லால்கர் காவல்நிலையம் முன்பு குவிந்து கொண்டேயிருந்தனர். லால்கரிலும் சாலைகளில் பெருங்குழிகள் தோண்டப்பட்டன. மேற்கு வங்காளம் முழுவதுமிருந்த பழங்குடி மக்கள் இயக்கங்கள் லால்கர் எழுச்சிக்கு ஆதரவளித்தன. கிழக்கு, மேற்கு மிட்னாப்பூர், பங்க்குரா, பிர்பூம், புருலியா மாவட்டங்களிலிருந்து மக்கள் பல்லாயிரக் கணக்கில் வந்து போராட்டத்தில் கலந்து கொண்டனர். எழுச்சி அந்தப் பகுதிகளுக்கும் பரவியது. ஒவ்வொரு கிராமமும் பத்துபேர் கொண்ட கமிட்டிகளை உருவாக்கி மற்ற கிராம கமிட்டிகளோடு தொடர்பு கொண்டது. உள்ளூர் நிர்வாகத்தை நடத்தியது. பழங்குடிப் பெண்கள் பெரிய அளவில் இந்த கமிட்டிகளில் பங்காற்றினர். ஒவ்வொரு கமிட்டியிலும் சரிபாதி பெண்கள் இருந்தனர். பெண்கள் மீதான தாக்குதல் உச்சகட்டத்தை எட்டியதால் அனைத்து பெண்களும் வில், அம்பு, கத்தி, வாள், ஈட்டி, கோடரி, கம்பு, விளக்குமாறு ஆகியவற்றுடனேயே நடமாடினர்.

நந்திகிராம், சிங்கூர் போலல்லாமல் லால்கர் பகுதியில் மாவோயிஸ்டுகளின் செல்வாக்கு நேரடியாக உணரப்பட்டது. மாவோயிஸ்ட் கட்சி இதை ஏற்றுக்கொள்ளவில்லை என்றாலும் மாவோயிஸ்ட் கட்சியே இதை வழிநடத்துவதாக சிபிஐஎம் கூறியது. போராட்டத்தை முன்னின்று நடத்தி வந்த பழங்குடி மக்களின் தலைவரான சுதீர் மண்டல் மர்ம நபர்களால் சுட்டுக் கொல்லப்பட்டார்.

அடுத்து 2009 ஆம் ஆண்டு நடந்த பாராளுமன்ற தேர்தலில் இந்தப் பகுதியில் சிபிஐஎம் தோல்வியடைந்தது. லால்கர் பகுதியில் மக்கள் சிபிஎம் அலுவலகங்களையும், தலைவர்களின் வீடுகளையும் தாக்கி ஏராளமான ஆயுதங்களைக் கைப்பற்றினர். காவல்துறைக்கு உணவும், நீரும் மறுக்கப்பட்டதால் காவலர்களும் அந்தப் பகுதியைவிட்டு வெளியேறினர்.

மார்க்சிஸ்ட் அரசு பெரும் தாக்குதல் நடத்தி லால்கர் பகுதியை மீண்டும் தனது கட்டுப்பாட்டுக்குள் கொண்டுவர முடிவு செய்தது. மாநில அரசின் கோரிக்கையின் பேரில் பத்தாயிரம் சிஆர்பிஎஃப் காவலர்களும், கோப்ரா அதிரடிப் படையினரும்

லால்கரில் குவிக்கப்பட்டனர். எல்லை பாதுகாப்புப் படையும் இந்தப் பணியில் ஈடுபடுத்தப்பட்டது. எதிர்ப்புத் தெரிவித்த மக்கள் மீதெல்லாம் மூர்க்கமாகத் தாக்குதல் நடத்தப்பட்டது. இந்தப் படைகள் போதாமல் கிழக்கு ஃப்ராண்டியர் ரைஃபில், மாநில ஆயுதப்படை என்றெல்லாம் மேலும் படைகளை மார்க்சிஸ்ட் அரசு இங்கு கொண்டு வந்து இறக்கிக்கொண்டே இருந்தது.

போலீசுடன் இணைந்து தேடுதல் வேட்டைகளில் ஈடுபட்ட உள்ளூர் சி பி ஐ எம் தலைவர் அசிம் மண்டல் பழங்குடி செயல்பாட்டாளர்களால் சுட்டுக் கொல்லப்பட்டார். அடுத்த ஆறு மாதங்களில் பத்துக்கும் மேற்பட்ட உள்ளூர் சிபிஐ எம் தலைவர்கள் சுட்டுக் கொல்லப்பட்டனர். கண்ணிவெடித் தாக்குதலில் சில போலீசார் காயம்பட்டனர். மாவோயிஸ்ட் தலைவர் கிஷன்ஜி இந்த தாக்குதல்களை முன்நின்று நடத்தினார். எதிர்ப்பை மீறி தொடர்ந்து முன்னேறிய போலீஸ்படை லால்கர் போலீஸ் ஸ்டேஷன் முற்றுகையை உடைத்தது. மாவோயிஸ்ட் கட்சி பிகார், ஜார்கண்ட், மேற்கு வங்காளம், ஒரிஸ்ஸா ஆகிய நான்கு மாநிலங்களில் பந்த் அறிவித்தது. பந்த் ஓரளவு வெற்றியடைந்தது என்றாலும் லால்கர் இயக்கம் பின்னடைவைச் சந்திப்பதைத் தடுக்க முடியவில்லை. மேற்கு வங்காளத்தில் மாவோயிஸ்டுகளின் தலைவராக கருதப்பட்டு வந்த மாவோயிஸ்ட் கட்சியின் பொலிட் பீரோ உறுப்பினர் கிஷன் ஜி யின் உத்திகள் தோல்வியடைந்ததாகக் கருதப்பட்டது.

மாவோயிஸ்ட் தலைவர் கிஷன் ஜி 1994 லிருந்து 95 வரையான காலத்தில் மேற்கு வங்கத்தில் நக்சல் இயக்கத்தை வளர்த்தெடுக்கப் பணிபுரிந்தார். 2007 காலகட்டத்தில் நடந்த நந்திகிராம் இயக்கத்திலும் பின்பு நடந்த லால்கர் இயக்கத்திலும் கிஷன் ஜி முக்கிய பங்கு வகித்ததாகக் கூறப்பட்டது. கையில் ஏகே 47 துப்பாக்கியும், தோளில் லேப் டாப் உள்ளிட்ட சாதனங்கள் கொண்ட கெரில்லா முதுகுப்பையும் தாங்கி கிஷன் ஜி கிராமம் கிராமமாகச் சென்று போராட்ட இயக்கத்தைக் கட்டியெழுப்பினார். அவரது பேட்டிகள், செயல்பாடுகள் அரசுக்குப் பெரிய தலைவலியாக மாறின.

ஆனால் கிஷன் ஜியின் நடவடிக்கைகள் மேல் மாவோயிஸ்ட் தலைமை அதிருப்தி கொண்டிருப்பதாக பல ஏடுகள் செய்தி

வெளியிட்டன. சி பி ஐ எம் அரசின் தாக்குதல்களுக்கு எதிராக மட்டும் கூட்டணி என்ற அளவுக்கு மேல் திரிணாமுல் காங்கிரசுடன் அவர் உறவு வைத்துக் கொண்டது, மீடியாவுடன் அதிக தொடர்பு கொண்டது ஆகியவை மாவோயிஸ்ட் கட்சியின் உயர் மட்டத் தலைமையால் விமர்சிக்கப்பட்டன. திரிணாமுல் சிபிஎம் தேர்தல் போட்டியில் கிஷன் ஜி தலையிட்டதை மாவோயிஸ்ட் தலைமை அடியோடு விரும்பவில்லை. நந்திகிராம் இயக்கத்தின் போது கண்டறியப்பட்ட பலவீனங்களைக் களைய கிஷன் ஜி நடவடிக்கை எடுக்கவில்லை என்ற குற்றச் சாட்டும் அவர் மீது வைக்கப்பட்டது. நந்திகிராம் போராட்டத்தின் போது உருவாக்கப்பட்ட மக்கள் திரள் அமைப்புகள் ஏழு எட்டு காவல்நிலையங்களைத் தாண்டி வளரவில்லை என்பது சுட்டிக் காட்டப்பட்டது.

லால்கர் காடுகளும் மலைகளும் சூழ்ந்த ஜங்கல் மஹல் பகுதியில் இருந்தாலும் மேற்கு வங்காளம் போக்குவரத்து வசதிகள் வளர்ச்சியடைந்த மாநிலமாக இருந்ததால் கெரில்லா போருக்கு ஏற்றது அல்ல என்ற கருத்தும் பல ஆய்வாளர்களால் முன் வைக்கப்பட்டது.

சிபிஐ எம் கட்சி 2011 மாநில சட்டசபை தேர்தலில் தோற்கடிக்கப்பட்டால் திரிணாமூல் ஆட்சிக்கு வரும், படைகள் ஜங்கல் மஹல் பகுதியில் இருந்து விலக்கிக் கொள்ளப்படும், அரசியல் கைதிகள் விடுதலை செய்யப்படுவார்கள் என்று கிஷன் ஜி உள்ளிட்ட ஒரு சில மாவோயிஸ்ட் தலைவர்கள் எதிர்பார்த்தனர். திருணாமூல் காங்கிரஸும் முதலாளித்துவ கட்சிதான் என்றாலும் ஆட்சி மாற்றம் ஒரு சிறிய போர் நிறுத்தத்தைத் தரும் என்ற எதிர்பார்பு பரவலாக இருந்தது. ஆனால் திருணமூல் ஒரு சிறிய அமைதிகாலத்தைக் கூடத் தர மறுத்து மாவோயிஸ்டுகளுக்கு எதிரான தாக்குதல்கள் தொடர அனுமதியளித்தது.

மாவோயிஸ்ட் கட்சி மேற்கு வங்காளத்தில் ஆழமான வேர்களைக் கொண்டிருக்கவில்லை, ஆயுதப் போராட்டத்தை தொடர்ந்து முன்னெடுத்துச் செல்லும் சூழலும் இங்கே இல்லை என்பதை திருணாமூல் அரசு கண்டுகொண்டிருந்தது. எனவே ஆந்திரா, பிஹார் போன்ற மாநிலங்களில் அரசுகளுக்கு அவ்வப்போது தற்காலிக போர் நிறுத்தம் தேவைப்படுவதைப் போன்ற சூழ்நிலை மேற்கு வங்காளத்தில் நிலவவில்லை.

திருணாமூல் ஆட்சியின் தொடக்க நாட்களிலேயே கிஷன் ஜி பேச்சுவார்த்தைக்கு அழைக்கப்பட்டோ, உள்ளிருந்து காட்டிக் கொடுக்கப்பட்டோ அரசால் பிடிக்கப்பட்டு கொடூரமாகச் சித்திரவதை செய்யப்பட்டுக் கொல்லப்பட்டார்.

மாவோயிஸ்ட் அமைப்பு பெரிய பின்னடைவுக்கு ஆளானாலும் சி பி ஐ எம் கட்சியைத் தோற்கடிப்பதில் அது முக்கிய பங்காற்றியது. மாவோயிஸ்ட் கட்சி மறுத்தாலும் அதுவே நந்திகிராம், சிங்கூர், லால்கர் இயக்கங்களில் முன்னிலை வகித்தது. மாவோயிஸ்ட் கட்சி நடத்தும் போராட்டம் என்றால் மற்ற கட்சிகளும், ஜனநாயக சக்திகளும் பங்குகொள்ள தயக்கம் காட்டுவார்கள் என்பதால் கட்சி தனது பங்கேற்பை வெளிப்படையாகக் காட்டிக் கொள்ளாமல் உள்ளூர் மக்கள் நடத்தும் இயக்கமாகவே நந்திகிராம், சிங்கூர், லால்கர் பகுதிப் போராட்டங்களைச் சித்தரித்தது.

ஆந்திரா பிஹார் போல மேற்கு வங்காளத்தில் மாவோயிஸ்ட் கட்சி தனக்கேயுரிய மக்கள் திரள் அமைப்புகளைக் கட்டாமல் இது போன்ற பொதுத் தன்மை வாய்ந்த அமைப்புகள் மூலம் இயங்க முயன்றதானது மேற்கு வங்காளம் கெரில்லாப் போருக்கு ஏற்ற தளமாக இல்லை என்பதை உணர்ந்திருந்ததைக் காட்டுவதாக எடுத்துக் கொள்ளலாம். அதே நேரம் நக்ஸலைட்டுகள் எப்போதும் மேற்கு வங்காளத்தை தங்கள் தாய்ப் பிரதேசமாகக் கருதி வந்தனர். எனவே அங்கே செயல்பட வாய்ப்புக் கிடைத்ததும் அதைப் பயன்படுத்திக் கொள்ள முனைந்தனர் என்ற உணர்வு பூர்வமான கோணமும் இதற்கு உண்டு.

திருணாமுல் அடையாள ஆதரவு என்ற அளவுக்கு மேல் நந்திகிராம், சிங்கூர், லால்கர் போராட்டங்களில் பங்கு கொள்ளவில்லை. ஆனால் புத்திஜீபிகள் என்றழைக்கப்பட்ட வங்காள அறிவாளி வர்க்கம் இந்தப் போராட்டங்களுக்கு ஆதரவாக வெளிவந்ததும் மம்தா தனக்கு வாய்ப்பு இருப்பதைக் கண்டுகொண்டார். அதுவரை வங்காள அறிவாளி வர்க்கம் இடதுசாரி அரசுக்கு எதிராக ஒருபோதும் பேசியதில்லை. எழுத்தாளர் சுனில் கங்கோபாத்யாயா, இயக்குநர் சத்ய ஜித் ரே போன்ற மாபெரும் ஆளுமைகள் ஜோதிபாசு, புத்ததேவ் பட்டாச்சாரியா ஆகிய முதலமைச்சர்களுடன் நெருங்கிய நண்பர்களாக இருந்தனர். பாலிவுட் அளவுக்கு வங்க

இயக்குநர்கள் பணம் ஈட்டவில்லை என்றாலும் இடதுசாரி அரசின் ஆதரவில் தங்கள் தனித்தன்மையைக் கைவிட்டுவிடாமல் நல்ல படங்களை எடுத்தனர். ரே, சுனில் கங்கோபாத்யாயா ஆகிய இருவரும் இல்லாத நிலையில் வங்கம் முழுவதும் அறிமுகமான மகேஸ்வேதா தேவி, அபர்ணா சென் போன்றவர்களும் இன்னும் எண்ணற்ற கவிஞர்களும், எழுத்தாளர்களும், இயக்குநர்களும் நடிகர்களும் அறிவாளி வர்க்கத்தின் முன்னணிப்படையாக உருவெடுத்து இடதுசாரி அரசுக்கு தீவிரமான எதிர்ப்புத் தெரிவித்தனர்.

மேற்கு வங்கத்தின் அறிவுஜீவி வர்க்கம் மிகவும் செல்வாக்கு வாய்ந்தது. அதன் ஆதரவை இழந்ததும் சிபிஐ எம் தோல்விக்குக் காரணமாக அமைந்தது. திருணாமூல் காங்கிரஸால் ஒருபோதும் இந்த அறிவாளி வர்க்கத்தின் ஆதரவைப் பெற்றிருக்க முடியாது. இன்னொரு இடதுசாரி அமைப்பான மாவோயிஸ்டுகளின் பங்கேற்பே வங்க அறிவுஜீவிகள் மார்க்சிஸ்ட் அரசிடமிருந்து விலகக் காரணமாக அமைந்தது.

லால்கர், நந்திகிராம், சிங்கூர் விவசாயிகளின் போராட்டம் சி பி ஐ எம் கட்சியை வீழ்த்தியது. மிக விரைவில் அதற்குக் காரணமான மாவோயிஸ்ட் கட்சியும் ஒடுக்கப்பட்டு மாவோயிஸ்டுகள் பிஹாரிலும் ஜார்கண்டிலும் இருந்த தங்கள் தளங்களுக்குப் பின்வாங்கினர்.

ஆந்திர இயக்கம்
(தாக்குதல்களும் எதிர்த்தாக்குதல்களும்)

2008 ஆம் ஆண்டு ஒரிஸ்ஸாவின் சிலெரு நதியில் கிரே ஹவுண்ட்ஸ் (சாம்பல் வேட்டை நாய்கள்) என்ற அதிநவீன பயிற்சி பெற்ற மாவோயிஸ்ட் எதிர்ப்பு சிறப்புப் படையைச் சேர்ந்த அறுபது வீரர்கள் ஒரு படகில் பயணம் செய்து கொண்டிருந்தனர். இரண்டு குன்றுகளுக்கு இடையே நதி குறுகி ஓடும் இடத்துக்கு இந்தப் படகு வந்த போது குன்றுகளில் நிலையெடுத்திருந்த மாவோயிஸ்டுகள் இலகுரக இயந்திரத்துப்பாக்கிகள், ஏ கே 47 ரக துப்பாக்கிகள் ஆகியவற்றைக் கொண்டு தாக்குதல் நடத்தினர். இதில் 38 அதிரடிப்படை வீரர்கள் கொல்லப்பட்டனர்.

அதற்கு முன்பு இப்படையை உருவாக்கிய ஐ ஏ எஸ் அதிகாரியான வியாஸ் மாவோயிஸ்டுகளால் சுட்டுக் கொல்லப்பட்டார். மாவோயிஸ்ட் கட்சி மேலும் சில தாக்குதல்களை இந்த கிரே ஹவுண்ட்ஸ் படையைக் குறிவைத்து நடத்தியது. இதற்குக் காரணமிருந்தது.

1995லிருந்து 2016 வரையான கால கட்டத்தில் ஆந்திராவில் 1780 நக்சலைட்டுகள் கொல்லப்பட்டனர் கொல்லப்பட்டனர் என்று அரசு கூறியது. இது பொய்யான தகவல் கொல்லப்பட்டவர்களின் எண்ணிக்கை மூவாயிரத்துக்கும் மேல் என்று மாவோயிஸ்ட் கட்சியின் ஆதரவாளர்கள் கூறினர். இதில் 80 சதவீதம் பேர் கிரே ஹவுண்ட்ஸ் என்ற இந்தப் படைகளால் கொல்லப்பட்டனர்.

கிரா ஹவுண்ட்ஸ் படையானது ஆந்திராவில் உருவாக்கப்பட்டது என்றாலும் மாவோயிஸ்ட் அமைப்பு இயங்கிய எல்லா

மாநிலங்களும் இதன் உதவியைக் கோரிப் பெற்றன. சிறப்பு உரிமைகள், மிகப் பெரிய அதிகாரங்கள், பெரும் நிதி வசதி, ஆயுதபலம் ஆகியவற்றை மத்திய, மாநில அரசுகளிடமிருந்து பெற்று இந்தப் படை மத்திய இந்தியாவிலேயே மிகவும் வலிமை வாய்ந்த அமைப்பாக வளர்ச்சி பெற்றிருந்தது. இந்தப் படைக்கு ஒரு தாக்குதல் நடவடிக்கையில் ஈடுபட எந்த அதிகாரியின் முன் அனுமதியும் அவசியமில்லை. இதன் நிதி ஆதாரங்கள் ஒருபோதும் எந்த ஜனநாயக அமைப்பின் முன்னும் சமர்பிக்கப்பட்டதில்லை.

கிரே ஹவுண்ட்ஸ் படையானது மாவோயிஸ்டுகளுக்கு எதிரான போரில் முக்கியமான ஆயுதமாக மத்திய மாநில அரசுகளால் கருதப்பட்டது.

எண்பதுகளில் ஆந்திரபிரதேச அரசானது நக்சலைட்டுகள் இருப்பதாகச் சந்தேகிக்கப்படும் கிராமங்களில் போலீசாரைக் கொண்டு தேடுதல் வேட்டை நடத்துவது, நக்சல் ஆதரவாளர்களைக் கொல்வது என்ற வழக்கமான முறையில் இயங்கியது.

கோடா ஸ்ரீநிவாஸ் வியாஸ் என்ற ஐ பி எஸ் அதிகாரி இந்த முறையால் நக்சல் இயக்கம் வளரவே செய்கிறது என்று கருதினார். பொத்தாம் பொதுவாக கிராமங்களைத் தாக்குவது, மக்களை அடித்துக் கொல்வது, எரிப்பது ஆகிய செயல்கள் நக்சல் இயக்கத்தை ஒடுக்கத் தவறுவதோடு மக்கள் வெறுப்பையும் சம்பாதித்துக் கொடுக்கின்றன. கீழ்நிலை நக்சல் ஆதரவாளர்களைக் கொல்வதால் ஒரு பலனும் இல்லை. நக்சல் இயக்கத்தின் தலைமையைத் தாக்குவதும், அதன் வலைப்பின்னலைத் தகர்ப்பதுமே வெற்றியைத் தரும் என்று கருதினார் வியாஸ்.

1989 ஆம் ஆண்டு நக்சலைட்டுகளைத் தேடி நடத்தப்படும் வேட்டைகளுக்காக மட்டுமே பயன்படுத்தக் கூடிய கிரே ஹவுண்ட்ஸ் என்ற படையையும், ஒரு சிறப்பு உளவுப் பிரிவையும் உருவாக்கினார். இப்பிரிவில் உள்ள அனைத்து காவலர்களும் 35 வயதுக்குட்பட்டவர்கள். அடர்காடுகளில் போரிடவும், வாழ்க்கை நடத்தவும் பயிற்சி பெற்றவர்கள்.

இது தவிர அரசு உதவியுடன் திட்டவட்டமான தகவல்கள் தரக்கூடிய உளவாளிகளின் வலைப்பின்னலையும் வியாஸ்

உருவாக்கினார். ஒரு நக்சல் இயக்கத் தலைவர் வரக்கூடும் என்று சந்தேகிக்கக் கூடிய இடங்களில் வீடுகள் கட்டிக் கொடுத்தும், வேலை வாங்கிக் கொடுத்தும் உளவாளிகளை நிரந்தரமாக நிறுத்துவது, ஆண்டுக்கணக்கில் காத்திருப்பது ஆகிய புதிய உளவு முறைகள் அமுலுக்கு வந்தன.

அதே நேரம் வெளிப்படையாக இயங்கிய முற்போக்கான அறிவுத் துறையினர், உள்ளூர் மக்கள் தலைவர்கள், எழுத்தாளர்கள், கலைஞர்கள் மேல் மூர்க்கமான தாக்குதல்களை அரசு நடத்தியது. இந்த நடவடிக்கைகளில் நானூறுக்கும் மேற்பட்டவர்கள் கொல்லப்பட்டனர்.

கத்தார் மீதே துப்பாக்கி சூடு நடந்தது. புகழ்பெற்ற மனித உரிமை வழக்குரைஞரான கண்ணபிரானைக் கொல்லவும் முயற்சி நடந்தது. மாவோயிஸ்ட் அல்லது அவர்கள் பால் அனுதாபம் கொண்டவர் என்று சந்தேகிக்கப்பட்ட ஒவ்வொருவர் மேலும் இந்த கிரே ஹவுண்ட்ஸ் அமைப்பு கொலைவெறித் தாக்குதல் நடத்தியது.

நல்லமல காடுகள் கர்நூல், பிரகாசம், மஹபூப்நகர், குண்டூர், நலகொண்டா மாவட்டங்களில் பரந்து விரிந்திருந்தன. இப்பகுதி போலீஸ் நுழைய முடியாத வலிமை வாய்ந்த மாவோயிஸ்ட் கோட்டையாகவிருந்தது. இந்தக் காடுகளைத் தளமாகக் கொண்டு மாவோயிஸ்ட் அமைப்பினர் சுற்றிலுமிருந்த மாவட்டங்களில் அமைப்பு செயல்பாடுகளை நடத்தி வந்தனர்.

ஒய் எஸ் ஆஅர் ராஜசெகர ரெட்டி முதலமைச்சராக பதவியேற்றதும் 2004 ஆம் ஆண்டு மாவோயிஸ்டுகளுக்குப் பேச்சுவார்த்தை நடத்த அழைப்பு விடுத்தார். பெரும்பாலான மாவோயிஸ்டு தலைவர்கள் பேச்சு வார்த்தைகளுக்காக நல்லமலா காடுகளில் இருந்து வெளி வந்தனர். போர் நிறுத்தம் நிலவியதை முக்கிய வாய்ப்பாகக் கருதிய போலீஸ், உளவாளிகள் மூலம் காடுகளுக்குள் ஊடுருவி மாவோயிஸ்டுகளின் தங்கிடங்கள், நடமாடும் பகுதிகள் போன்றவற்றைப் பற்றிய தகவல்களை சேகரித்தது.

பின்பு பேச்சு வார்த்தை முறிந்ததும் 2006 ஆம் ஆண்டு நல்லமலா காடுகளில் ஆந்திர மாநில மாவோயிஸ்ட் கட்சி செயலாளரான மாதவ் என்ற மிக முக்கியமான மாவோயிஸ்ட்

தலைவர் தங்கியிருந்த இடத்தை பல ஆயிரம் போலீசாரும் சிறப்பு அதிரடிப்படையினரும் தாக்கினர். மாதவ் உட்பட பல நக்சலைட்டுகள் கொல்லப்பட்டனர். ஒய் எஸ் ஆரும் வியாஸ் திட்டத்தையொட்டி கீழ்மட்ட நக்சல்களுக்கு பதிலாக மேல் மட்டத் தலைவர்களைக் குறி வைப்போம் என்றார்.

நல்லமல்ல காடுகளில் அடுத்தடுத்து நடந்த தாக்குதல்களில் மாவோயிஸ்ட் மூத்த தலைவர்கள் அப்பா ராவ், மட்டா ரவி குமார், நவீன் என்ற ஷியாம் ஆகியோர் சிறப்பு உளவுப் பிரிவால் கொல்லப்பட்டனர். இது போன்ற தாக்குதல்களுக்குப் பதிலடியாகத்தான் சிலெரு நதித் தாக்குதல் நடந்தது.

இருந்த போதிலும் நல்லமல்லா காடுகளில் ஆழமாக ஊடுருவிய கிரே ஹவுண்ட்ஸ் அதிரடைப்படையினரின் தாக்குதல்களால் 2009 வாக்கில் அங்கே மாவோயிஸ்ட் அமைப்பு செயல்படுவது சாத்தியமில்லாமல் போனது. எற்கெனவே தடைசெய்யப்பட்டிருந்த முற்போக்கு இளைஞர் அணி, முற்போக்கு மாணவர் சங்கம் ஆகிய அமைப்புகளும் இயங்கமுடியாமல் முடங்கிப் போயின.

மாவோயிஸ்ட் தலைமையும், ஆயுதக் குழுக்களில் பெரும் பகுதியும் சட்டிஸ்கர் காடுகளுக்குப் பின்வாங்கின.

மாவோயிஸ்ட் கட்சி பெரும் வளர்ச்சி பெற்று புயல்போல முன்னேறிக் கொண்டிருந்த நேரத்தில் திடீரென்று வட தெலங்கானாவில் பலவீனமடைந்ததற்கு காரணம் போலீஸ் நடவடிக்கைகள் மட்டுமல்ல. உலகமயமாக்கலுக்குப் பிறகு வட தெலங்கானா நகரங்கள் பெரிய வளர்ச்சி பெற்றன. நக்சல் அமைப்பின் மையமாகவிருந்த கரிம் நகர் முக்கியமான வணிக நகரமாக மாறியது. ஏராளமான புதிய தனியார் கல்லூரிகள் தோன்றின. புதிதாக வந்த கணிணிக் கல்வி போன்றவை இதற்கு முன்பு நினைத்தே பார்க்க முடியாததாகவிருந்த ஊதியம், செல்வாக்கு, அமெரிக்க குடியுரிமை ஆகியவற்றை நடுத்தரவர்க்கத்தின் ஒரு பகுதிக்குக் கொடுக்கக் கூடியவையாக உருவெடுத்தன. இந்தப் புதிய தனியார் கல்லூரிகளுக்குள் அரசியல் நுழையவே முடியாத சூழ்நிலையை கல்வி முதலாளிகள் உருவாக்கினர். எந்த விதமான மாணவர் அமைப்புகளுக்கும், சமூக முன்னேற்றத்துக்கான கருத்துக்களுக்கும் அங்கே இடமே இல்லை என்ற நிலை ஏற்பட்டது.

லட்சியவாதம் என்பதற்கு பதிலாக வசதி வாய்ப்புகள் என்பது முன்னுக்கு வந்தது. தனிநபர் வளர்ச்சி, முன்னேற்றம் என்பது நடுத்தர வர்க்கத்தின் முக்கிய முழக்கமானது. கல்விக்காக பெரும் செலவு செய்யும் குடும்பம் மாணவர்களின் அரசியல் உணர்வை மழுங்கடிப்பதில் பெரிய பங்கு வகித்தது. ஏற்கெனவே முற்போக்கு மாணவர் சங்கம், முற்போக்கு இளைஞர் அணி ஆகியவற்றின் மீதான அடக்குமுறை கடுமையாக அமுல்படுத்தப்பட்டு வந்த நிலையில் கல்வி தனியார்மயம் புதிய தோழர்கள் அமைப்புக்கு வருவதை மேலும் தடைசெய்தது.

தெலங்கானா பகுதிகளில் முதன்மையான முரண்பாடு நிலப்பிரபுத்துவத்துக்கும் கூலி ஏழை விவசாயிகளுக்கும் என்பதிலும் மாற்றம் ஏற்பட்டது. சிறு நகரங்கள் உலக சந்தை சங்கிலியில் இணைக்கப்பட்டதால் மக்களின் வாழ்க்கை முறையே மாறியது. தகவல் தொடர்பு பெரும் வளர்ச்சி கண்டது. இதெல்லாம் மாவோயிஸ்ட் கட்சிக்குப் பெரும் பலவீனமாக அமைந்தன. இதுபற்றி அடுத்த அத்தியாயத்தில் விரிவாகப் பார்க்கலாம்.

அரசானது போலீஸ் ஸ்டேஷன்களை கோட்டைகளாக மாற்றி தாக்குவது சாத்தியமில்லாத சூழ்நிலையை உருவாக்கியது. கிரே ஹவுண்ட்ஸ் படை ஒரிஸ்ஸாவில் நடத்திய தாக்குதலில் சில முக்கிய தலைவர்கள் உள்ளிட்ட முப்பது மாவோயிஸ்டுகள் கொல்லப்பட்டனர். கட்சி பலத்த சேதமடைந்தது. இருந்த போதிலும் அது பரந்து விரிந்த தளத்தைக் கொண்டிருந்ததால் இன்னும்கூட அதிக இழப்புகளைத் தாங்கியிருக்க முடியும். ஆனால் மாணவர் இளைஞர் அமைப்புகள், விவசாயிகள் சங்கங்கள், மற்ற பகுதி அமைப்புகள் ஆகியவை தகர்க்கப்பட்டது கட்சிக்கு பேரிடியாக அமைந்தது. இழப்புகளைச் சரிகட்ட மேலும் புதிய தோழர்களை உருவாக்கும் வாய்ப்பு குறைந்து கொண்டே வந்தது.

ஏறக்குறைய இதே நிலைதான் பிஹாரிலும் நிதிஷ் ஆட்சியின் போது ஏற்பட்டது. எனவே 2015 க்குப் பிறகு மாவோயிஸ்ட் கட்சியின் நடவடிக்கைகள் பெரும்பாலும் சட்டிஸ்கர், ஜார்கண்ட் ஆகிய பலவீனமான போலீஸ் படைகள், மோசமான சாலை வசதிகள் கொண்ட மாநிலங்களை மையமாகக் கொண்டதாகச் சுருங்கியது.

சட்டிஸ்கர், ஜார்கண்ட் மாநிலங்கள் அறுபது சதவீதத்துக்கு மேல் காடுகள் சூழ்ந்தவை. பழங்குடி மக்கள் பெருவாரியாக வசிப்பவை. இப்பகுதிகள் பெரும்பாலும் கார்ப்பரேட்டுகளின் வணிக செயல்பாடுகளுக்கு திறந்து விடப்படாமலிருந்தன. உலகமயத்துக்குப் பின்பு இப்பகுதிகளில் இரும்பு போன்ற கனிம வளங்கள் குவிந்து கிடப்பது கண்டுபிடிக்கபட்டதால் பன்னாட்டு நிறுவனங்களும், உள்நாட்டு பெருமுதலாளிகளும் அங்கே பிரம்மாண்டமான சுரங்கங்கள் அமைக்கவும், ஆலைகள் கட்டவும் தொடங்கினர்.

பழங்குடிகளை வெளியேற்றுவது என்று இந்த சுரங்க நடவடிக்கைகளுக்குத் தவிர்க்க முடியாததாகியது. மாவோயிஸ்டுகள் பழங்குடி மக்கள் பக்கமும், அரசு கார்ப்பரேட்டுகள் பக்கமும் நிற்க மோதல்கள் தவிர்கமுடியாதவையாக மாறின.

பல்லாயிரம் கிலோமீட்டர் பரப்பளவுக்கு மலைகளும் காடுகளும் நிறைந்திருக்கும் சட்டிஸ்கர் முழுவதும் படைகளைக் கொண்டு வந்து குவித்து நக்சலைட்டுகளை ஒழிப்பது சாத்தியமில்லை என்பதை அரசும், கார்ப்பரேட்டுகளும் நன்கு உணர்ந்திருந்தனர். அவர்கள் ஒரு புதிய வழியைக் கண்டு பிடித்தனர்.

சட்டிஸ்கர் ஒரு மாநிலமாவதற்கு முன்பு நக்சலைட்டுகளை எதிர்கொள்ள மகேந்திர கர்மா என்ற காங்கிரஸ் தலைவர் ஜன் ஜக்ரன் அபியான் என்ற இயக்கத்தை உருவாக்கியிருந்தார். உள்ளூர் வணிகர்கள் மற்றும் ஒப்பந்ததாரர்களின் ஆதரவை மட்டுமே பெற்றிருந்த இந்த அமைப்பு பெரியதாக வளரவில்லை. இது மக்கள் யுத்தக் கட்சியைச் சேர்ந்த நக்சலைட்டுகளால் ஒழிக்கப்பட்டு மகேந்திர கர்மாவும் மிச்சமீதியிருந்த மற்ற தலைவர்களும், தொண்டர்களும் போலீஸ் பாதுகாப்பில் வாழ்ந்து வந்தனர்.

2005 வாக்கில் டாட்டாவும், எஸ்ஸார் குரூப்பும் சட்டிஸ்கரில் சுரங்கம் தோண்டும் நடவடிக்கைகளைத் தொடங்கின. தங்கள் பாதுகாப்பை உறுதிப்படுத்த இப்பகுதியிலிருந்து மாவோயிஸ்டுகளை ஒழித்தே ஆகவேண்டும் என்று இவர்கள் அரசுக்கு நெருக்கடி கொடுத்தனர். அரசும் கார்ப்பரேட் நிறுவனங்களும் மகேந்திர கர்மாவுக்குப் புத்துயிரளித்து மீண்டும் அரசியலுக்குக் கொண்டுவந்தன. மகேந்திர கர்மா

தனது இயக்கத்துக்கு சல்வா ஜூடும் என்ற புதிய பெயர் சூட்டி மாவோயிஸ்டுகள் மையமான தண்டேவாதா பகுதிக்கு தனது தலைமையகத்தை மாற்றினார்.

சல்வா ஜூடும் படையானது போலீஸ், துணைராணுவப் படைகளின் உதவியோடு பழங்குடி மக்களைப் பெரும் பெரும் முகாம்களில் அடைத்தது. பழங்குடி இளைஞர்களையும் சிறுவர்களையும் கடத்திச் சென்று தங்கள் அமைப்பில் பலவந்தமாகச் சேர்த்தது. கிராமங்களை எரித்தது. எண்ணற்ற படுகொலைகளில் ஈடுபட்டது. சல்வா ஜூடும் மட்டும் 600 பழங்குடி கிராமங்களை எரித்ததாக மனித உரிமை அமைப்புகள் கணக்கிட்டுள்ளன. லட்சக்கணக்கானவர்கள் சல்வா ஜூடுமின் கொடுமைகளுக்குப் பயந்து தங்கள் கிராமங்களை விட்டோடி அகதிகளாயினர்.

சல்வா ஜூடும் உறுப்பினர்களுக்கு சிறப்பு காவல் அதிகாரிகள் என்ற அந்தஸ்த்தை அரசு வழங்கியது. இது போன்ற சட்டத்துக்கு வெளியே இயங்கும் ஆயுதம் தாங்கிய அமைப்புகளைத் தடை செய்ய வேண்டும் என்று உச்ச நீதிமன்றம் உத்திரவிட்டும் இது தொடர்ந்து இயங்கியே வந்தது.

மாவோயிஸ்ட் அமைப்பு இரண்டு விதமாக இதை எதிர்கொள்ள முயன்றது.

1. பதிலடித் தாக்குதல்கள் மூலம் சல்வா ஜூடுமை ஒழிப்பது, துணைராணுவப்படைகளுக்கு சேதத்தை ஏற்படுத்தி அவர்கள் இயக்கத்தை தடை செய்வது.

2. லஷ்கர் ஈ தோய்பா போன்ற அமைப்புகள் வலிமை வாய்ந்த எதிரிக்கு எதிராக ஆயிரம் வெட்டுக்கள் அதாவது பல காயங்கள் ஏற்படுத்தி பெரும் எதிரியை பலமிழக்கச் செய்வது என்ற உத்தியை பயன்படுத்திவருகின்றன. அதே போல மாவோயிஸ்ட் கட்சி மேலும் பல தளங்களை உருவாக்குவதன் மூலம் அரசின் பலத்தைச் சிதறடிப்பது என்ற உத்தியைச் செயல்படுத்த முடிவு செய்தது.

சட்டிஸ்கரில் தண்டேவாதா காடுகளில் ஒவ்வொரு ஆண்டும் மார்ச் முதல் ஜூன் வரை மாவோயிஸ்ட் கட்சி பதிலடி தாக்குதல்களில் ஈடுபடும். அரசுக்கு இழப்புகள் ஏற்படுத்துவது, முற்றுகையிடப்பட்ட நிலைமையை உடைப்பது, அரச

படைகளின் இயக்கத்தை தடைசெய்வது, மக்களிடம் அரச படைகள் பலவீனமானவை என்ற எண்ணத்தை ஏற்படுத்துவது ஆகிய நோக்களைக் கொண்டவை இந்தத் தாக்குதல்கள். 2010 ஆம் ஆண்டு ஏப்ரலில் நடத்தப்பட்ட ஒரு பெரிய தாக்குதலில் 76 சிஆர்பிஎஃப் வீரர்கள் கொல்லப்பட்டனர். 3 ஏப்ரல் 21ல் கோப்ரா என்ற சி ஆர் பி எஃப் சிறப்பு அதிரடிப்படை மீது நடத்தப்பட்ட தாக்குதலில் 22 வீரர்கள் கொல்லப்பட்டன்ர். 31 பேர் காயமடைந்தனர்.

வேனில்காலங்களில் இந்தப் பகுதிகளில் வெப்பநிலை 45 டிகிரி செல்ஷியசை எட்டும், தொலைவில் இருந்து தாக்குபவர்களைக் காண முடியாது. ஆறுகள் வறண்டு நடமாட்டம் எளிதாகும், தரை வறண்ட இலைகளால் மூடப்பட்டு படைகள் வரும் போது காலடி பட்டு இலைகள் நொறுங்கும் ஓசை எழும்பும், மக்கள் பீடி இலை பறிக்கும் காலமும் அதுதான் என்பதால் காட்டில் நடமாட்டம் இருக்கும், உளவுத் தகவல்கள் கிடைக்கும். எனவே வெயில் காலத்தில் மாவோயிஸ்ட் தாக்குதல்கள் நடக்கும்.

அரசு டிரோன்கள் மூலம் நக்சல் நடமாட்டத்தை கண்காணிக்கிறது. காடுகளில் கேமராக்கள் பொருத்தப்பட்டிருக்கின்றன. தவிர சமவெளிகளில் இருந்து அடக்குமுறை காரணமாக காட்டுக்கு வந்தவர்கள் தாக்குப் பிடிக்க முடியாமல் சரணடைவதும் நடக்கிறது.

சட்டிஸ்கர் போலவே ஜார்கண்ட் மாநிலத்திலும் புர்ஹா பஹார் என்ற அடர்ந்த காடுகள் சூழ்ந்த பகுதி மாவோயிஸ்டுகளின் தளமாகவிருந்தது. 2022 ஆபரேஷன் ஆக்டோபஸ் மூலம் கோப்ரா அதிரடிப்படைகள் நடத்திய தாக்குதலில் அப்பகுதி அரசு கட்டுப்பாட்டுக்குள் கொண்டு வரப்பட்டது.

அரசு விரிவாக்கமும் பின்னடைவும்

1990லிருந்து 2010 வரையான காலகட்டம் மாவோயிஸ்ட் கட்சி பெரும் வளர்ச்சியடைந்து வந்த காலகட்டமாகும். அதற்குப் பின்பு கட்சி தனது தலைவர்களையும், தளங்களையும் ஒவ்வொன்றாக இழக்கத் தொடங்கியது.

2017 ஆம் ஆண்டு நடந்த ஒரு ஒரு மறு ஆய்வுக் கூட்டத்தில் மாவோயிஸ்ட் கட்சியானது தங்களது ஆயுதப் போராட்டமானது நெருக்கடியான சூழ்நிலையில் உள்ளது என்று முடிவு செய்தது. பஞ்சாப், ஹரியானா, உத்தர்கண்ட், உத்தரபிரதேசம் ஆகிய பகுதிகளில் கட்சியானது மிகவும் பலவீனமாகவுள்ளது, பிஹார், ஜார்கண்ட், மேற்கு வங்காளம், அஸ்ஸாம் ஆகிய பகுதிகளில் பின்னடைவைச் சந்தித்து பலவீனமடைந்துள்ளது என்று அந்த மதிப்பீடு கூறுகிறது. ஒருகாலத்தில் மாவோயிஸ்ட்டுகளின் தகர்க்க முடியாத கோட்டையாகவிருந்த தண்டகரண்யக் காடுகளும் இந்த மதிப்பீட்டு அறிக்கையில் அமைப்பு செயல்பாடுகளைப் பொறுத்தவரை சிரமமமான சூழ்நிலையில் உள்ளன என்று கூறப்பட்டிருந்தது.

ஆந்திரா, ஒரிஸ்ஸா, தெலங்கானா ஆகியவற்றில் கட்சி பலவீனமான நிலையில் உள்ளது. கேரளா, கர்நாடகா, தமிழ்நாடு ஆகிய மாநிலங்களில் கட்சி தேக்கமடைந்து உள்ளது என்று அந்த அறிக்கை கூறியது. *(Maoists Admit Armed Struggle Undergoing 'Difficult' Phase as Violence Falls 53% in Six Years IndiaSpend Team – The wire 16.10. 2017).* அதே நேரம் கட்சியின் மீதான அரசின் தாக்குதல்கள் பெருமளவு அதிகரித்தன.

2010 ஆம் ஆண்டு போலீசுடனான மோதல்களில் கொல்லப்பட்ட மாவோயிஸ்டுகளின் எண்ணிக்கை 272 ஆக இருந்தது. இதுவே 2016 ஆம் ஆண்டு 328 ஆக உயர்ந்தது. இந்தக் காலகட்டத்தில் கட்சியின் உறுப்பினர் எண்ணிக்கையும் ஆதரவு தளமும் சுருங்கியிருந்ததைக் கணக்கில் கொண்டால் இது மிகப்பெரிய சேதமாகும். 2010 ஆம் ஆண்டை விட 2016 ஆம் ஆண்டு 442 சதவீதம் அதிக எண்ணிக்கையில் மாவோயிஸ்டுகள் அரசிடம் சரணடைந்தனர். போலீசின் மீதான தாக்குதல்கள் 230 லிருந்து 2017 ஆம் ஆண்டு 58 ஆகக் குறைந்தன.

இது தவிர சென்ற அத்தியாயத்தில் கூறியபடி ஏராளமான மாவோயிஸ்ட் தலைவர்களும் போராளிகளும் கிரே ஹவுண்ட்ஸ் தாக்குதல்களில் கொல்லப்பட்டனர். ஒரு காலத்தில் ஒன்று பட்ட ஆந்திர மாநிலத்தின் 23 மாவட்டங்களில் 21 மாவட்டங்களில் மாவோயிஸ்ட் இயக்கம் இயங்கி வந்தது. அதில் தெலங்கானாவின் 7 மாவட்டங்களும் அடக்கம். 2023 ஆம் ஆண்டு நவம்பர் 30 அன்று நடந்த தெலங்கானா தேர்தலில் மாவோயிஸ்ட்டுகளால் எந்தப் பாதிப்பும் இல்லை என்று தெலங்கானா தேர்தல் அதிகாரி விகாஸ் ராஜ் கூறினார். சட்டிஸ்கர், மஹாராஸ்ட்ரா மாநிலங்களின் எல்லையோரத்தில் உள்ள 614 தேர்தல் சாவடிகளில் மட்டுமே பாதுகாப்பை பலப்படுத்த வேண்டி வந்தது என்றார் அவர்.

வழக்கமாக தெலங்கானாவில் தேர்தல் நேரங்களில் அரசு படைகளின் வாகனங்கள் கண்ணி வெடி வைத்து தகர்க்கப்படும். தேர்தல் சாவடிகள் தாக்கப்படும். வேட்பாளர்கள் மீதும் தாக்குதல் நடக்கும். பல கட்சிக்காரர்கள் தாங்கள் கட்சிகளை விட்டு விலகிவிட்டதாகவும், தங்கள் மேல் தாக்குதல் நடத்த வேண்டாம் என்றும் உள்ளூர் இதழ்களில் விளம்பரங்கள் கொடுப்பார்கள். மாவோயிஸ்டுகளுடன் பேச்சு வார்த்தை நடத்தப்படும், போர் நிறுத்தம் செய்யப்படும் என்று அறிவிக்கும் கட்சியே தேர்தலில் வெல்லும். இந்தச் சூழ்நிலை இப்போது தலைகீழாகி விட்டது.

மாவோயிஸ்ட் கட்சி தனது பாரம்பரிய தளப்பிரதேசமான தெலங்கானாவில் இந்த அளவுக்கு பலவீனமடைந்ததற்குக் காரணம் தாங்கள் எடுத்த ராணுவ நடவடிக்கைதான் என்று அரசுகள் பெருமையாகக் கூறிக் கொள்கின்றன. அதையொட்டியே இதழ்களில் கட்டுரைகளும் ஆய்வுகளும் வருகின்றன.

மாவோயிஸ்ட் கட்சியானது பலவீனப்பட்டதற்கு இருந்த பல்வேறு காரணங்களில் ராணுவ நடவடிக்கை ஒரு காரணம் மட்டுமே. மிக அடிப்படையான காரணம் தெலங்கானாவின் அரசியல் பொருளாதார கட்டமைப்பில் ஏற்பட்ட மாற்றமாகும்.

அரசு விரிவாக்கம்

இந்தியாவில் மாவோயிஸத்தின் மையம் நக்ஸல்பாரி அல்ல தெலங்கானா என்று ஜெ. ஜெகொப்சன் என்ற ஆய்வளர் கூறுகிறார். *Colonial Instituitions and Civil war-Indirect rule and Maoist insurgency in India* என்ற நூலில் ஆசிரியர் ஷிவாஜி முகர்ஜி பிரிட்டிஷ் அரசு நேரடியாக ஆட்சி நடத்திய பகுதிகளை விட சமஸ்தானங்கள் மூலம் ஆட்சி நடத்திய பகுதிகள் பிற்போக்கானவையாகவும், சுரண்டலும் அடக்குமுறையும் மிக்கவையாகவும் இருந்தன என்கிறார். ஹைதராபாத் போன்ற சமஸ்தானங்கள் பலவீனமான அரசுகளாக இருந்தன. உள்ளூர் நிர்வாகம் பெரும் நிலப்பிரபுக்களின் கரங்களிலேயே இருந்தது. (இதற்கு திருவனந்தபுரம், கொச்சி சமஸ்தானங்கள் விதிவிலக்கு என்கிறார் ஷிவாஜி முகர்ஜி).

சுதந்திரத்துக்குப் பிறகும் இந்த பிற்போக்கான சமஸ்தானப் பகுதிகளில் இந்த நிலையே தொடர்ந்தது. உள்ளூர் நிர்வாகத்தை ஜமீந்தார்களே நடத்தி வந்தனர். எல்லாக் கட்சிகளிலும் அவர்களே அனைத்து உயர் பதவிகளையும் வகித்தனர். அரசின் கரங்களான வங்கிகள், பள்ளிகள், சுகாதார நிலையங்கள், உள்ளூர் பஞ்சாயத்து அமைப்புகள் அங்கே வரவேயில்லை. எனவே இந்தப் பகுதிகளில் மக்களுக்கு பசி, அடக்குமுறை ஆகிய கொடுமைகளிலிருந்து விடுபட வேறு வழியே இல்லை. அவர்கள் ஆயுதம் தூக்கியே ஆக வேண்டிய நிலை இருந்தது.

இடைநிலைச் சாதிகள், உயர்சாதிகளிலேயே அவ்வளவாக பணபலம் இல்லாதவர்கள், தலித்துகள் அனைவரும் உள்ளூர் நிலப்பிரபுவுக்கு எதிராக திரண்டு நின்றனர்.

ஆனால் 1980களிலிருந்து 2005 வரையான மாவோயிஸ்ட் எழுச்சிக்குப் பிறகு இந்த நிலப்பிரப்புக்களின் ஆதிக்கம் தகர்க்கப்பட்டு விட்டது. பெரும்பாலான நிலப்பிரபுக்கள் தங்கள் பகுதிகளிலிருந்து வெளியேறிவிட்டனர். நிலப்பிரபுக்கள்

வெளியேறியதும் அந்தப் பகுதிகளில் அரசின் கிராம நிர்வாக அமைப்புகள் செயல்படுவது அதிகரித்தது. அரசு நிலப்பிரபுக்கள் இல்லாத கிராமங்களில் ஒரு சில வளர்ச்சி நடவடிக்கைகளில் ஈடுபட்டது. இது கிராம பொருளாதாரத்திலும் நிர்வாகத்திலும் மாற்றங்களை ஏற்படுத்தியது. இந்த மாற்றங்கள் வெறும் மாயைகள் என்று மாவோயிஸ்டுகள் கூறினர். ஆனால் ஏதோ புதிதாக நடக்கிறது. நிலப்பிரபுக்களுக்கும் மாவோயிஸ்டுகளுக்கும் மாற்றாக மூன்றாவது சக்தியாக அரசு அமைப்புகள் வந்துள்ளன என்ற எண்ணம் மக்களிடையே ஏற்படுவதைத் தடுக்க முடியவில்லை.

பஞ்சாயத்து ராஜ் அமைப்புகள் கிராமங்களில் ஏற்படுத்தப்பட்ட போது பின் தங்கிய, பட்டியல் சமூகத்தினருக்கு இட ஒதுக்கீடு அளிக்கப்பட்டது. அரசியல் அதிகாரமானது சர்பஞ்ச் என்ற உயர்சாதி நிலப்பிரபுக்களிடமிருந்து இடைநிலை சாதியினருக்கு மாறியது. அரசு நிர்வாகமே இல்லாமலிருந்த பகுதிகளில் இப்படி இடைநிலை சாதிகள் பங்கு பெற்ற கிராம நிர்வாக அமைப்புகள் உருவானது அரசை பலப்படுத்தியது. மாவோயிஸ்டுகளை பலவீனப்படுத்தியது.

இந்தக் கிராம நிர்வாக அமைப்புகள் கிராமங்களுக்கு வந்ததும் கூடவே பல்வேறு இடைநிலை, தலித் அமைப்புகளும் வந்து சேர்ந்தன. கமலேஷ் என்ற மாவோயிஸ்ட் அறிவுஜீவி, இந்தப் புதிய இடைநிலை சாதி, தலித் அமைப்புகள் இக்குறிப்பிட்ட சாதியினருக்கு மிக முக்கியமான வாய்ப்புகளை அளித்தன என்கிறார். 1980களில் இந்த சாதியினருக்கு நக்சல்களுடன் இணைவதைத் தவிர வேறு வழியில்லை. இப்போது மாவோயிஸ்டுகளுடன் இணையாமல் உயிரை ஆபத்துக்குள்ளாக்கிக் கொள்ளாமல் சாதிய அமைப்புகளுடன் இணைந்து கொண்டு புரட்சி பேசலாம். ஓரளவு அதிகாரத்தையும் அடையலாம் என்ற சூழ்நிலை ஏற்பட்டது. இந்த நிலைமை புரட்சியிலிருந்து மக்களை வேறு புறம் திருப்பி விட்டது என்கிறார் ஜேக்கப்சன்.

அப்போது முதல்வராகவிருந்த சந்திரபாபு நாயுடு உலக வங்கி முன்வைத்த பொருளாதார சீர்திருத்தங்களை மிகத் தீவிரமாகச் செயல்படுத்தினார். பெரிய அளவுக்கு சுய உதவிக் குழுக்களுக்கு அரசு ஆதரவை வழங்கினார். தலித் மக்களுக்கு சிறு சிறு வங்கிக் கடன்கள் போன்றவையும் வழங்கப்பட்டன. இவற்றால் மக்களின்

வாழ்க்கைத் தரத்தில் பெரிய மாற்றம் ஏற்பட்டுவிடவில்லை என்றாலும் இந்தப் பகுதிகள் அரசு நிர்வாகத்துக்குள் வருவதை இந்த நடவடிக்கைகள் உறுதிப்படுத்தின. அரசு சமூகத்தின் கடைக்கோடி வரை வந்து சேர்ந்தது. Disappearing Landlords and the Unmaking of Revolution: Maoist Mobilization, the State and Agrarian Change in Northern Telangana Jostein Jakobsen

இப்போது மாவோயிஸ்டுகள் நிலப்பிரபுக்களுக்கு எதிராக மட்டுமின்றி பாராளுமன்ற அரசியலுக்குள் இயங்கிய பலவேறு சாதிய அமைப்புகளுக்கும், உள்ளூர் அரசு நிர்வாகத்துக்கும், சுய உதவிக் குழுக்களுக்கும் எதிராக செயல்படவேண்டிய நிலை ஏற்பட்டது. நிலப்பிரபுக்களின் ஆதிக்கம் தகர்க்கப்பட்ட பகுதிகளில் மாவோயிஸ்ட் கட்சி ஊர் சபைகள், பல்வேறு மக்கள் திரள் அமைப்புகளின் நிர்வாகக் குழுக்கள் ஆகியவற்றை உருவாக்கியிருந்தது. அவை எதுவும் கடுமையான அரசு அடக்குமுறையால் வெளிப்படையாக இயங்கமுடியாத நிலையே இருந்தது. எனவே இந்தப் புதிய சூழ்நிலை உருவானபோது மாவோயிஸ்ட் கட்சியால் சரியான மாற்றை முன்வைக்க இயலவில்லை.

மாவோயிஸ்ட் எழுச்சியால் நிலப்பிரபுக்களின் ஆதிக்கம் தகர்ந்ததானது இந்தப் பகுதிகளை முதலாளித்துவ நுகர்வுக்குள் கொண்டுவர அரசுக்கு வாய்ப்பாக அமைந்தது. நிலப்பிரபுக்களின் இடத்தை நிரப்பிய முதலாளித்துவ சக்திகளும், பணக்கார விவசாயிகளும் தெலங்கானா கிராமங்களை மாபெரும் தொழிலாளர் சந்தையாக மாற்றினர். வளர்ந்து வரும் நகரங்களுக்கு தேவையான பெரும் எண்ணிக்கையிலான தொழிலாளர்களை இந்த கிராமங்கள் அளித்தன. அரசு கொடுத்த முன்னேற்றம் என்கின்ற மாயை அகன்றதும் எண்ணற்ற மக்கள் கிராமங்களிலிருந்து நகரங்களுக்கு இடம்பெயர்ந்தனர். பிஹாரிலும், ஜார்கண்டிலும் இதுவே நடந்தது.

மாவோயிஸ்டுகளின் பின்னடைவு ராணுவ தளத்தில் மட்டும் நடக்கவில்லை. அதற்கும் பின்புலமாக இந்த சமூக பொருளாதார மாற்றங்கள் அமைந்திருந்தன. இவற்றுக்கு ஏற்ற விதத்தில் ஒரு மாற்றை முன்வைக்கத் தவறியதும் தெலங்கானாவில் கட்சியின் பின்னடைவுக்குக் காரணமாக அமைந்தது என்று ஜெகோப்சன் உள்ளிட்ட ஆய்வாளர்கள் கருதுகின்றனர்.

சாகேத்

கன்னட கவிஞரும், நாடக ஆசிரியருமான கோடிகனஹல்லி ராமைய்யா என்பவர் வரலாற்றறிஞரும் நக்சலைட்டுமான சாகேத் ராஜனைச் சந்திக்க ஒரு உணவகத்துக்கு நண்பர்களுடன் செல்கிறார். நண்பர்கள் சாகேத்தை தங்களுடன் சேர்ந்து உணவருந்த வற்புறுத்தி அழைக்கின்றனர். சாகேத்தின் முகத்தில் பசி தெரிகிறது. ஆனால் அவர் அமைதியாக மறுத்து விடுகிறார். பின்புதான் தெரிகிறது வடகிழக்கு கர்னாடகாவில் இயங்கி வந்த நக்சல் கெரில்லா குழுவில் இணைவதற்காக அவர் தன்னை பட்டினி போன்ற சிரமங்களுக்குத் பழக்கப் படுத்திக் கொண்டிருந்தார் என்பது.

தனிமனிதர்களைப் பற்றி எழுதுவது இந்நூலின் நோக்கமில்லை என்றாலும் சிலரது ஆளுமைகள் தனித்து நிற்பதால் அவர்களைக் குறித்து விவரிப்பது நக்சல் இயக்கத்தின் முழுப் பரிமாணத்தையும் புரிந்து கொள்ள உதவும்.

வரலாற்று அறிஞர்களிடையே சகேத் ராஜன் என்கின்ற சகி என்ற பெயர் மிகவும் புகழ்பெற்றதாகும். ஆதிப் பொதுவுடமைக் காலத்திலிருந்து இன்று வரையான கர்நாடகாவின் வரலாற்றை இரண்டு பாகங்களாக மேக்கிங் ஹிஸ்டரி என்ற பெயரில் எழுதியவர் சகேத். மைசூர் பகுதியைச் சேர்ந்த வசதியான குடும்பத்திலிருந்து வந்தவர். அவரது தகப்பனார் ஒரு முன்னால் ராணுவ அதிகாரி. ஒரு பெட்ரோல் பங்கிற்கு உரிமையாளராகவிருந்தார். சாகேத்தின் ஆர்வங்கள் மிகவும் வித்தியாசமானவை. அவர் தொல்பொருள் ஆய்விலும், வரலாற்றிலும் எல்லையற்ற ஆர்வம் கொண்டிருந்தார்.

அதேநேரம் சிறந்த காராத்தே வீரராகவும் இருந்தார். இதழியலில் ஆர்வம்கொண்டு முதலில் மைசூர் பல்கலைக் கழக்த்திலும் பின்பு தனிச்சிறப்பு வாய்ந்த இண்டியன் இன்ஸ்டிடியுட் ஆஃப் மாஸ் கம்யுனிகேஷன் நிறுவனத்திலும் முதுகலை பட்டங்கள் பெற்றார், அந்தக் காலத்தில் தான் அதாவது 1985இல் அகில இந்திய புரட்சிகர மாணவர் சங்கத்தில் இணைந்து அதன் நிர்வாகக் குழு உறுப்பினரானார். பின்பு மக்கள் யுத்தக் கட்சியின் கர்நாடக செயலராகவும் தேர்ந்தெடுக்கப்பட்டார்.

குதிரேமுக் ஐயர்ன் ஓர் கம்பெனி குதிரே முக் பகுதியில் சுற்றுச் சூழலுக்குக் கேடு விளைவிக்கும் விதத்தில் விரிவாக்கம் செய்வதை எதிர்த்துப் போராடி அதற்கு முடிவு கட்டியதில் முக்கிய பங்காற்றினார். வடகிழக்கு கர்நாடகாவிலும், மேற்குத் தொடர்ச்சி மலைகளிலும் போராட்டங்களை முன்னின்று நடத்தினார் சாகேத் ராஜன்.

சாகேத் ராஜனின் பங்களிப்பானது அவர் தலைமறைவாக இருந்த காலகட்டத்தில் மேக்கிங் ஹிஸ்டரி என்ற பெயரில் கர்நாடகத்தின் வரலாற்றை மிக விரிவாக மார்க்சிய பார்வையில் எழுதியதாகும். இந்நூலில் இந்தியாவில் அடிமைமுறை ஐரோப்பாவைப் போல இருந்திருக்கவில்லை என்று கோசாம்பியை அடியொற்றி நிறுவியிருந்தார். இந்தியாவுக்கே உரிய தனித்துவமான முறைகளில் பழங்குடி சமூகங்கள் நிலப்பிரபுத்துவ சமூகத்தில் நுழைந்தன என்றார் சாகேத். அசோகர் கலிங்கப் போரின்போது மனம்மாறி புத்த தத்துவத்தை ஏற்றுக்கொண்டார் என்று சொல்லப்படுகிறது. அசோகர் அவ்வாறு மாறினாலும் கலிங்கப் போரில் சிறைப்பிடிக்கப்பட்ட 150000 பழங்குடி மக்களை சூத்திர கொத்தடிமைகளாக மாற்றி அரசுக்கு சொந்தமான சீதா நிலங்களில் கட்டாய உழைப்பில் ஈடுபடுத்தினார் என்றார் சாகேத்.

பிரிட்டிஷாரின் வருகைக்கு முன்பு இந்தியா, குறிப்பாக திப்புசுல்தானின் கர்நாடகா முதலாளித்துவ புரட்சியின் ஆரம்ப கட்டங்களில் இருந்தது. பிரிட்டிஷ் அரசே இந்திய தொழில்களை அழித்து இந்தியாவை விவசாய நாடாக மாற்றியது என்பது சாகேத்தின் மிக முக்கியமான கோணமாகும். இதற்கு ஆதாரமாக திப்புசுல்தானின் ஆட்சியில் இருந்த வணிகர்களின் செயல்பாடுகள், ஒப்பந்தங்கள் ஆகியவற்றை மிகுந்த தர்க்கப் பொருத்தத்துடன் பயன்படுத்தி முன்வைத்து இருப்பார்.

இந்தியாவின் அடிமை முறை, சாதி முறை, பிரிட்டிஷ் அரசு ஆகியவை பற்றி பொத்தாம் பொதுவான பார்வைகளுக்கு மாற்றாக மிக நுட்பமான அறிவு கூர்மை மிகுந்த மாற்றுப் பார்வைகளை முன்வைத்தார் சாகேத். கர்நாடகாவின் புவியியல் அமைப்பு, அது விவசாயத்துக்குள் நுழைந்த முறை, வர்க்க சமூகம் உருவான வரலாறு என்று துல்லியமான விவரங்களுடனான நூல் இது. கர்நாடக வரலாற்றைப் பற்றி இப்படியொரு நூல் இதற்கு முன் எழுதப்பட்டதில்லை என்று கூறப்பட்டது. சாகேத், நூலின் ஒவ்வொரு பகுதியை எழுதி முடித்த பின்பும் அதை மூன்று பிரதிகள் எடுத்து வைப்பாராம், தலைமறைவு வாழ்க்கையில் நூலை இழக்க நேரிட்டாலும் ஏதாவது ஒரு பிரதி தப்பிப் பிழைக்க வாய்ப்புள்ளது என்று கருதியே இவ்வாறு செய்தார். சாகேத் ராஜனின் மிக முக்கியமான பங்களிப்பான மேக்கிங் ஹிஸ்டரி கர்நாடகாவில் பல கல்லூரிகளில் பாடமாக வைக்கப்பட்டு வருகிறது. இந்த நூலைத் தனது நாற்பது வயதுக்கு முன்பே எழுதி முடித்திருந்தார் சாகேத்.

அறிவாளி வர்க்கத்தினரிடையே சாகேத் என்கின்ற சகி என்று அறியப்பட்டிருந்த தோழர் கட்சியினரிடையே பிரேம் என்று அழைக்கப்பட்டார். சிக்மகளூரிலும் குதிரே முக்கிலும் வரலாறு மற்றும் மார்க்சிய வகுப்புகள் எடுக்கும்போது பாண்டு என்ற பெயர் சூட்டிக் கொண்டார். ஆனால் அவரது மாணவர்கள் அவரை மாஸ்டர் என்றே அழைத்தனர்.

வடகிழக்கு கர்நாடகா ஹைதராபாத் நிஜாமின் ஆட்சியின் கீழிருந்த பிந்தங்கிய பிரதேசமாகும். தெலங்கானாவை ஒட்டியிருந்த இந்தப் பகுதிகளுக்கு எளிதாக கட்சியை விரிவு படுத்திவிடலாம் என்று மக்கள் யுத்தக் கட்சி நினைத்திருந்தது. அதையொட்டியே சகேத் ராஜன் போன்ற தோழர்கள் குதிரேமுக் பகுதியில் பணி செய்தனர். ஆனால் எதிர்பார்த்த வெற்றி கிடைக்கவில்லை. எனவே சிக்மகளூரை ஒட்டியிருந்த அடர்ந்த காடுகளுக்கு இடம்மாறிப் பணிபுரியத் தொடங்கினர். மல்நாடு என்று அழைக்கப்பட்ட இந்தப் பகுதியில் ஒரு வனத்துறை அதிகாரி மக்கள் மீது கடும் ஆதிக்கம் செலுத்தி வந்தார். காட்டில் ஆடுமாடுகள் மேய்ப்பது தடைசெய்யப்பட்டது. தீப்பெட்டி வைத்திருந்தவர்கள் காட்டுக்குத் தீ வைப்பவர்கள் என்று கைது செய்யப்பட்டனர். மக்கள் வாழ்க்கையே பெரும் பிரச்சினைக்குள்ளாகியது.

சாகேத் ராஜன் இந்த அநீதிகளுக்கு எதிராகப் போராட்டங்கள் முன்னெடுத்ததை மக்கள் ஆதரித்தாலும் சுமார் முப்பது பேர் மட்டும் கொண்டிருந்த கெரில்லாக் குழுக்களில் இணைய முன்வரவில்லை. ஆனால் அரசு ஏராளமான போலீசாரைக் குவித்து தேடுதல் வேட்டைகளில் ஈடுபட்டது. 2005 ஆம் ஆண்டு சுற்றுலா பயணிகள் போல வந்த போலீசார் நடத்திய திடீர் தாக்குதலில் சாகேத் ராஜன் சுட்டுக் கொல்லப்பட்டார்.

கெரில்லா தலைவர் என்ற விதத்தில் சாகேத் பெரிய வெற்றி அடையவில்லை என்றாலும் வரலாற்றறிஞர் என்ற விதத்தில் அவரது பங்களிப்பு மகத்தானது. மாவோயிஸ்ட் கட்சியானது இந்திய சமூகம் குறித்த பார்வையை டி டி கோசாம்பி, ரொமிலா தாப்பர் போன்றவர்களின் எழுத்துக்களிலிருந்தே பெற்று வந்தது. சி பி ஐ எம், சி பி ஐ கட்சிகள் ஏற்றுக் கொண்டுள்ள ராகுல் சாங்கிருத்தியாயன் போன்றோரின் எழுத்துக்கள் நேரடியாக ஐரோப்பிய வரலாற்றை இந்திய நிலைமைகளுக்குப் பொருத்துபவை, இந்தோ சோவியத் அறிஞர்களின் பார்வையை அப்படியே ஏற்றுக் கொள்பவை என்ற கருத்தை மாவோயிஸ்ட் கட்சி கொண்டிருந்தது.

ஆனால் மாவோயிஸ்ட் கட்சியின் தேவைகளுக்கு ஏற்ப மாநில, உள்ளூர் மட்டங்களில் கோசாம்பி போன்றோரின் பார்வையைப் பொருத்தக் கூடிய வரலாற்றறிஞர்களை உருவாக்குவதற்கான வாய்ப்பு இல்லாமலிருந்தது. அந்தத் தேவையை சாகேத் ராஜன் அற்புதமாக நிறைவு செய்தார். கன்னட தேசிய இனத்தின் உருவாக்கத்தையும், வளர்ச்சிப் போக்கையும் மிகச் சிறப்பாக மார்க்சிய நோக்கில் ஆய்வு செய்து எழுதினார்.

நட்டார் இலங்கியங்கள், பழங்குடி இலக்கியங்கள் ஆகியவற்றை மாவோயிஸ்ட் கட்சியானது பெரும் எண்ணிக்கையில் திரட்டி வைத்திருந்தது. தோழர்களுக்கு இவை குறித்த ஆழ்ந்த அறிவும் இருந்தது. ஒருவேளை சாகேத் ராஜன் இன்னும் சிலகாலம் வாழ்ந்திருந்தால் வரலாற்றைத் தொகுப்பது குறித்த கட்சியின் போக்கை நெறிப்படுத்தியிருந்தால் அந்தத் துறையில் மாவோயிஸ்ட் கட்சி குறிப்பிடத்தக்க முன்னேற்றம் கண்டிருக்கக் கூடும். இன்றுவரை மாவோயிஸ்ட் கட்சியிலிருந்து இன்னொரு சாகேத் ராஜன் உருவாகவில்லை என்பதே வருந்தத் தக்க உண்மை.

முச்சந்தி

தமிழ்நாடும், கர்நாடகமும், ஆந்திர பிரதேசமும் இணையும் காடுகளும் மலைகளும் சூழ்ந்த பிரதேசத்தில் ஆயுதப் போராட்டத்துக்கான தளம் அமைக்க மாவோயிஸ்ட் கட்சி 1990களிலிருந்து முயன்று வந்தது. இரண்டு மாநிலங்கள் இணையும் பகுதி என்பதால் போலீஸ் படைகளிடையே போதுமான ஒருங்கிணைப்பு இருக்காது என்பதாலும், இந்தப் பகுதி பிந்தங்கிய பகுதி என்பதாலும், அதன் புவியியல் அமைப்பாலும் கெரில்லாப் போராட்டத்துக்கான தளப் பிரதேசம் அமைக்க இங்கு நல்ல வாய்ப்புகள் உள்ளன என்று கட்சியால் கருதப்பட்டது.

1999 வாக்கில் மக்கள் யுத்தக் கட்சியானது தமிழ்நாட்டிலும் கர்நாடகாவிலும் இருந்த தனது ஊழியர்களை இந்தப் பகுதியில் கொண்டு வந்து குவித்து கிராமங்களில் மக்கள் திரள் அமைப்புகள் கட்ட முயற்சிகள் மேற்கொண்டது. அப்போது தமிழக கர்நாடக பகுதிகளில் உள்ள மேற்கு தொடர்ச்சி மலைக் காடுகளில் வீரப்பன் வேட்டை தீவிரமாக நடந்து வந்தது. காடுகளுக்குள் இருந்த கிராமங்களில் அரசியல் பணி செய்ய நுழையவே முடியாத அளவுக்கு அதிரடிப்படையினரும் உளவாளிகளும் குவிக்கப்பட்டிருந்தனர். எனவே மாவோயிஸ்ட் அமைப்பினர் மலைகளை ஒட்டிய தர்மபுரி, வட ஆர்காடு பகுதிகளில் பணிபுரியத் தொடங்கினர். கெரில்லாக் குழுக்கள் போலவே தோழர்கள் இரட்டைக்குழல் துப்பாக்கி, தப்பஞ்சர் போன்ற உள்ளூர் ஆயுதங்கள் தாங்கி சிறு குழுக்களாக இயங்கினர்.

அது புதர்காடுகளும், கரும்பு வயல்களும், ராகி சோளக் காடுகளும் நிறைந்த பகுதி. 1999 ஆம் ஆண்டு மாவோயிஸ்ட் கட்சியின் மூன்று தலைமைக்குழு உறுப்பினர்கள் கொல்லப்பட்டதையொட்டி இந்தப் பகுதியில் கட்சியினரால் இரண்டு பேருந்துகள் எரிக்கப்பட்டன. இதன்பிறகு அரசு ஏராளமான போலீசாரைக் குவித்து தொடர்ந்து தேடுதல் வேட்டைகளை நடத்தியது. அப்படியொரு தாக்குதலின் போது ரவீந்திரன் என்ற தோழர் கொல்லப்பட்டார். இருந்த போதிலும் அடுத்த இரண்டு ஆண்டுகளுக்கு கட்சித் தோழர்கள் தொடர்ந்து அங்கே தாக்குப் பிடித்துப் பணி செய்தனர்.

2002 ஆம் ஆண்டு மேலும் பல தோழர்களை இங்கே அனுப்புவதற்காகப் பயிற்சியளிக்க அரூர் ஊத்தங்கரை பகுதியில் ஒரு பயிற்சி முகாம் ஏற்பாடு செய்யப்பட்டிருந்தது. செய்தியறிந்த போலீஸ் சுற்றி வளைத்தபோது நடந்த மோதலில் சிவா என்ற ஒரு தோழர் கொல்லப்பட்டார். பெரும்பாலான ஊழியர்கள் கைது செய்யப்பட்டனர். அதன் பின்பு இங்கே தளம் அமைப்பதற்கான முயற்சிகள் எதுவும் நடந்ததாகத் தெரியவில்லை.

ஆனால் இதற்குப் பின்பு தமிழ்நாட்டின் கொடைக்கானல், பெரியகுளம், தேனி பகுதியில் ஆயுதப் போராட்டம் தொடங்குவதற்கான முயற்சிகள் மேற்கொண்டது. 2008 ஆம் ஆண்டு கொடைக்கானல் பகுதியில் உருவாக்கப்பட்டிருந்த ஒரு ஆயுதக் குழுவுக்கும் போலீசுக்கும் இடையே நடந்த மோதலில் நவீன் என்ற தோழர் கொல்லப்பட்டார். இது போலி மோதல். நவீன் போலீசாரால் பிடித்துச் செல்லப்பட்டு கொல்லப்பட்டார் என்று மனித உரிமை செயல்பாட்டாளர்கள் குற்றம் சாட்டினர். இதற்குப் பின்பு இந்தப் பகுதியும் அரசின் நேரடிக் கண்காணிப்பின் கீழ் வந்துவிட்டதால் கட்சி இயங்குவதற்கான வாய்ப்புகள் குறைந்து போயின.

இதற்குப் பின்பே தமிழ்நாடு, கர்நாடகா, கேரளா ஆகிய மாநிலங்கள் சந்திக்கும் முச்சந்திப் பிரதேசத்தில் அடர் காடுகளுக்குள் ஆயுதக் குழுக்களை அனுப்பி தளப்பிரதேசம் உருவாக்குவது என்ற முயற்சியை மாவோயிஸ்ட் கட்சி எடுத்தது. (வீரப்பன் 2004 ஆம் ஆண்டு கொல்லப்பட்டுவிட்டார்).

வீரப்பன் வேட்டைக்குப் பிறகு தமிழக கர்நாடகப் பகுதிக் காடுகள் போலீசுக்கு உள்ளங்கை போன்று நன்கு அறிமுகமானவையாகி விட்டன. அனைத்து வன கிராமங்களிலும் போலீஸ் உளவாளிகள் இருந்தனர். காடுகளில் தேடுதல் வேட்டைகள் நடத்திய அனுபவம் பெற்ற சிறப்பு அதிரடிப்படைப் பிரிவுகள் தமிழக கர்நாடக காவல்துறைகளில் இருந்தன.

இந்தச் சூழ்நிலையில் ஒப்பீட்டளவில் பலவீனமான காவல்துறையைக் கொண்டிருந்த கேரள வனப்பகுதிகள் இயங்குவதற்கு ஏற்றவையாக இருக்கும் என்று மாவோயிஸ்ட் கட்சி கருதியிருக்கக் கூடும். கேரளா எல்லைக்குள் இருக்கும் வயநாடு, அட்டப்பாடி பகுதிகளில் மாவோயிஸ்டுகளின் ஆயுதக் குழுக்கள் இயங்குவதாக செய்திகள் கூறுகின்றன.

ஆனால் நக்சல் எதிர்ப்பு நடவடிக்கைகள் ஒன்றிய அரசின் கட்டுப்பாட்டில் உள்ளதால் ஒரு மாநில அரசின் பலவீனம் எந்தப் பாதிப்பையும் ஏற்படுத்தாத நிலை உள்ளது. தவிர கேரள அரசு பலவீனமாக உள்ளது என்றால் அது சட்டிஸ்கர், ஜார்கண்ட் போல உள்ளது என்று கருத முடியாது. விரைந்து தன்னை பலப்படுத்திக் கொள்வதற்கான எல்லா உள்கட்டமைப்பு வசதிகளையும் கேரள மாநிலம் கொண்டுள்ளது. *Colonial institiu-tions and civil war –Indirect rule and maoist insurgency* என்ற நூலில் ஷிவாஜி முகர்ஜி கொச்சி, திருவனந்தபுரம் சமஸ்தானங்கள் ஹைதராபாத் சமஸ்தானத்தைப் போன்றவையல்ல. இவை வலிமையான மைய அரசைக் கொண்டிருந்தன. முழுமையும் நிலப்பிரபுக்கள், ஜமீந்தாரர்களை அடிப்படையாகக் கொண்டு ஆட்சி நடத்தவில்லை என்கிறார்.

வயநாடு, அட்டப்பாடி பகுதிகள் சட்டிஸ்கரின் தண்டேவாதா பகுதியைப் போன்றவையல்ல. தண்டேவாதா, ஜார்கண்ட் பகுதிகளில் முன்பு என்ன இருக்கிறதென்பதே அரசுக்கு தெரியாது. வனத்துறை, வருவாய்த்துறை ஆகியவையும் இப்பகுதி காடுகள் குறித்து துல்லியமான விவரங்கள் கொண்டிருக்கவில்லை. உள்ளூர் ஆட்சியமைப்புகளோ, அரசியல் கட்சிகளோ அங்கே இயங்கவில்லை. இதெல்லாம் சட்டிஸ்கர் பகுதியில் தளம் அமைக்க மாவோயிஸ்ட் கட்சிக்கு உதவியாகவிருந்தன.

வயநாடு, அட்டப்பாடி பகுதிகள் அரசுக்கு நன்கு அறிமுகமானவை. சுற்றுலாத் தளங்கள். உள்ளாட்சி அமைப்புகள், வருவாய்த்துறை அமைப்புகள், வனத்துறை, தன்னார்வத் தொண்டு நிறுவனங்கள், அரசியல் கட்சிகள் என அரசின் அத்தனை கரங்களும் இயங்கும் பகுதிகள் இவை. இங்கே உள்ள பழங்குடி மக்களும் தண்டகரண்ய பழங்குடி மக்களைப் போல பழைய கால முறையில் வாழ்ந்து வருபவர்கள் அல்ல.

மாவோயிஸ்ட் குழுக்கள் இயங்குவதாகக் கருதப்படும் பகுதிகளில் பல ஆண்டுகளுக்கு முன்பே பழங்குடி கிராமங்கள் காலி செய்யப்பட்டு வேறிடங்களில் குடியமர்த்தப்பட்டுவிட்டன. இந்தப் பகுதிகளில் பெரும்பகுதி காடுகள் மக்கள் நடமாட்டமில்லாத பச்சைப் பாலைவனங்களாகவே உள்ளன. இந்தக் காடுகளில் அட்டையும், யானையும் மட்டுமே உள்ளன. மக்களே இல்லை என்று ஒரு முன்னாள் மாவோயிஸ்ட் தோழர் கூறினார். இருக்கும் கிராமங்களும் அரசின் முழுமையான பார்வையில், அனைத்து தகவல் தொடர்பு வசதிகளும் கொண்டவையாக உள்ளன.

1990 கள் வரை இந்த முச்சந்திப் பிரதேசத்தின் காடுகளைப் பற்றி தமிழக கர்நாடக வனத்துறைகளுக்கே தெளிவாகத் தெரியாது. அதனால்தான் வீரப்பனால் அத்தனை காலம் தாக்குப்பிடித்து நிற்க முடிந்தது. காட்டைப் பற்றி அரசுகளுக்குத் தெரியாத அந்தக் காலகட்டம் ஒருவேளை கெரில்லாப் போருக்கு ஏற்ற காலமாக இருந்திருக்கக்கூடும். வீரப்பன் வேட்டைக்கும், பொருளாதார சீர்திருத்தங்களுக்கும் பின்பு வனங்கள் இப்போது இந்தியாவில் முதலீட்டுக்கான மையங்களாக உள்ளன. பல வலிமை வாய்ந்த பன்னாட்டு சுற்றுச்சூழல் நிறுவனங்கள் இங்கே செயல்பட்டு வருகின்றன. ஒன்றிய அரசும் காடுகளில் பசுமை சுற்றுலா, காடுகளைப் பாதுகாத்து வைப்பதன் மூலம் பன்னாட்டு நிதி பெறுதல், கார்பன் டிரேடிங் எனப்படும் புதியவகை சூழல் வணிகம் ஆகியவற்றுக்காகக் காடுகளைப் பயன்படுத்தி வருவதால் இங்கே நக்சல் அமைப்பு காலூன்றக்கூடாது என்ற தீர்மானத்தில் உறுதியாக உள்ளது. இது கேரளாவுக்கும் பொருந்தும்.

எனவே அரசு பலவீனமாக உள்ள இடத்தில் தளப்பிரதேசம் அமைத்தல் என்ற கோட்பாடு முதலிலேயே வயநாடு, அட்டப்பாடி பிரதேசத்தில் அடிபட்டுப்போகிறது. வனத்தில் ஆயுதப் போராட்டத்துக்கான தயாரிப்புகள் நடப்பதாக அரசு கருதுவதால்,

மலைகளை ஒட்டியிருக்கும் தமிழக, கேரள நகரங்களிலுள்ள மாவோயிஸ்ட் கட்சியின் முன்னணி அமைப்புகளைச் சேர்ந்தவர்கள் என்று போலீஸ் கருதும் தோழர்கள் மீது கடும் அடக்குமுறை பிரயோகிக்கப்படுகிறது. வனங்களிலும் மக்கள் திரள் அமைப்புகள் எதுவும் கட்டப்பட்டதாகவோ, குறிப்பிடத்தக்க பதில் தாக்குதல்கள் நடத்தப்பட்டதாகவோ செய்திகள் இல்லை.

கேரள அரசானது மத்திய அரசின் மேற்பார்வையில் தண்டர்போல்ட் என்ற நக்சல் எதிர்ப்பு அதிரடிப்படையை உருவாக்கியுள்ளது. 2016 நவம்பரில் மலப்புரம் மாவட்டத்தில் நடந்த மோதலில் குப்புராஜ், அஜீதா என்ற இரண்டு தோழர்கள் இந்தப் படையால் கொல்லப்பட்டனர். 2019 ஆம் ஆண்டு மார்ச்சில் ஜலீல் என்ற தோழர் கொல்லப்பட்டார். அக்டோபர் 2019ல் ஸ்ரீமதி, சுரேஷ், கார்த்தி, மணிவாசகம் ஆகிய தோழர்கள் கொல்லப்பட்டனர். 2020 ஆம் ஆண்டு வேல்முருகன் என்ற தோழர் கொல்லப்பட்டார். ஏறக்குறைய இதே அளவு தோழர்கள் கைது செய்யப்பட்டு பல ஆண்டுகளாகச் சிறையில் உள்ளனர்.

கேரள பகுதியில் மாவோயிஸ்ட் கட்சி பல ஆதரவாளர்களும், ஒருசில ஊழியர்களும் உருவாகியுள்ளதைப் புரிந்துகொள்ள முடிகிறது. அதேநேரம் இந்தத் தனிநபர்களைத் தவிர மாவோயிஸ்ட் அமைப்புகள் எதுவும் குறிப்பிடத்தக்க வளர்ச்சி பெற்றதாகத் தெரியவில்லை. மலைகளிலும் பெரிய அளவுக்கு மக்கள் எழுச்சி எதுவும் தோன்றியதாகத் தெரியவில்லை. அல்லது வெளிப்பார்வைக்குத் தெரியாத தலைமறைவு அமைப்புகளைக் கட்சி உருவாக்கியிருக்கவும் கூடும். இதுபற்றிய நம்பத் தகுந்த துல்லியமான விவரங்கள் இல்லை.

ஆனால் கேரளா மட்டுமல்லாமல் இந்தியா முழுவதிலும் கட்சிக்கு ஏற்பட்டுள்ள சிக்கல்கள் மிகவும் தீவிரமானவை. கீழே சமவெளிப்பகுதிகளில் தோழர்கள் கைது செய்யப்படும் போது திரும்பத் திரும்ப நீதிமன்றக் கதவுகளைத் தட்டுவது, மனித உரிமை அமைப்புகள் மூலமும், ஒத்த கருத்துடைய அமைப்புகளின் கூட்டமைப்புகளின் மூலமும் அழுத்தங்கள் ஏற்படுத்துவது என்பதற்கு மேல் இயங்க முடியாத நிலையே உள்ளது. இவையும் பெரிய அளவுக்குப் பலனளிப்பதில்லை என்பதால் கைது செய்யப்படும் ஊழியர்கள் ஒருசில ஆண்டுகாலம் சிறைகளிலிருக்க வேண்டிய நிலையே உள்ளது.

எழுபது காலகட்டங்களில் நக்சல்பாரி கட்சியானது முழுமையாக அழிக்கப்பட்டது போன்ற நிலைமை இப்போது இல்லை என்றாலும் மாவோயிஸ்ட் கட்சி பல நெருக்கடிகளை எதிர்கொண்டு வருகிறது.

சட்டிஸ்கர், ஜார்கண்ட் பகுதிகளை மாவோயிஸ்ட் கட்சி பின்வாங்கு தளமாகப் பயன்படுத்தவே முடிவு செய்திருந்தது. ஆனால் இப்போது பாதுகாப்பான பின்வாங்கும் தளமாக உருவாக்க நினைத்திருந்த காட்டிலேயே போரிட வேண்டிய நிலை உள்ளது. வயநாடு, அட்டப்பாடி பகுதிகளும் பின்வாங்கு தளமாக இல்லாமல் ஆயுதப் போராட்டத்துக்கான பகுதிகளாகவே மாவோயிஸ்ட் கட்சியால் பார்க்கப்படுகின்றன.

மலைகளில் ஆயுதக் குழுக்கள் உள்ளதால் சமவெளிகளில் வெளிப்படையான அமைப்புகளை ஒரு அளவுக்கு மேல் இயங்க அரசுகள் விடுவதில்லை.எந்த வெளிப்படையான அமைப்பும் இயங்கமுடியாத சுழ்நிலையில் கட்சி மாற்றுவழிகளை உருவாக்கிச் செயல்படுத்தியது போலத் தெரியவில்லை. உலகம் முழுவதுமுள்ள இடதுசாரி அறிவாளிகள் மாறிவரும் சூழலுக்கு ஏற்ற பிரச்சார உத்திகளை விவாதித்து வருகின்றனர். உதாரணமாக நூறாண்டுகளுக்கு முன்பு முதலாளித்துவ சுரண்டலை பல்சக்கரத்தில் சிக்கிய மனிதனின் உருவம் கொண்டு விளக்குவது மிகச் சிறந்த பிரச்சார உத்தியாவிருந்தது. இன்றைய தொழிலாளிகளுக்கும், இளைஞர்களுக்கும் இது புரியுமா என்பது சந்தேகமே. இன்று ஒவ்வொரு இளைஞரும் இரண்டு மூன்று வேலை செய்யவேண்டிய நிலை உள்ளது. இதை பிரதிபலிக்கும் வண்ணம் புதிய குறியீடுகளை உருவாக்க மார்க்சியர்கள் முயன்று வருகின்றனர். இன்றைய சூழலுக்கு ஏற்ப மாற்று பிரச்சார முறைகளை வளர்த்தெடுக்காமல் மலைகளிலும் காடுகளிலும் அமைப்பு உருவாக்குவது கடினமான பணியாகும்.

எந்த மாநிலத்திலும் முன்பு போல கிராமங்களுக்குச் செல்வோம் இயக்கங்களை நடத்துவதும் சாத்தியமில்லை. அரசு அடக்குமுறை தவிர ஒவ்வொரு கிராமத்திலும் அடையாள அரசியல் பேசும் சாதிய குழுக்கள் உள்ளன. அவற்றை மீறியே கட்சி மக்களை அணுகவேண்டி உள்ளது. அதே நேரம் இணைய வெளி மிகப் பெரிய அளவுக்கு வளர்ந்து யாராலும் கட்டுப்படுத்த முடியாத நிலைக்கு வந்துள்ளது. பெண்கள் கல்லூரியில் போய் அமைப்பு

கட்டுவது சாத்தியமில்லை. ஆனால் சமூக வலைத்தளங்கள் மூலம் எல்லா பெண்களிடமும் அரசியல் பேசிவிட முடியும். புது உலகம் அதற்கே உரிய வாய்ப்புகளையும் சிக்கல்களையும் கொண்டுள்ளது.

இணையத்தில் மாவோயிஸ்ட் கட்சியின் இருத்தல் பெரிய அளவுக்கு செல்வாக்கு செலுத்துவது போலத் தெரியவில்லை. அதுவும் பிஜேபி போன்ற கட்சிகளின் பிரம்மாண்டமான இணைய செயல்பாடுகளுக்கு முன் மாவோயிஸ்ட் கட்சியின் செயல்பாடுகள் குறிப்பிடத்தக்கதாக இல்லை. எனவே நகரங்களில் உள்ள இளைஞர்கள் மாணவர்களிடம் தொடர்பு கொள்ள கட்சி என்ன நடைமுறையைப் பின்பற்றுகிறது என்பதைப் புரிந்து கொள்ள முடியாத நிலை உள்ளது.

மாவோயிஸ்ட் கட்சியானது முன்னேற்றமும் பின்னடைவும் மாறி மாறிவரும், இது பின்னடைவு காலம். நீண்டகால மக்கள் யுத்தத்தில் இது வழக்கமானதுதான் என்று கருதுகிறது. தங்களால் இந்த நெருக்கடியை சமாளித்து முன்னேற முடியும் என்றும் நம்பிக்கை கொண்டுள்ளது. அதே நேரம் மாவோயிஸ்டுகளை முழுமையாக ஒழிக்க இன்னும் கொஞ்சக் காலமே தேவை என்று அரசு கூறுகிறது.

காலம் தான் பதில் சொல்ல வேண்டும்.

கெரில்லாப் போராட்டமும் தாராளமய உலகும்

உலகம் முழுவதுமுள்ள இடதுசாரி கெரில்லாப் போராட்ட அமைப்புகள் ராணுவ ரீதியிலும், தத்துவார்த்த ரீதியிலும் பின்னடைவைச் சந்தித்து வரும் காலம் இது.

தென்னமெரிக்காவின் பெரு நாட்டில் இயங்கிவந்த ஒளிரும் பாதை (Shining path) என்ற மார்க்சிஸ்ட் லெனினிஸ்ட் கெரில்லா அமைப்பானது ஆயிரத்து தொள்ளாயிரத்து எண்பதுகளில் பாய்ச்சலில் முன்னேறிக் கொண்டிருந்தது. பெரு நாட்டின் நாற்பது சதவீதத்துக்கும் மேற்பட்ட பகுதிகளை இந்த அமைப்பு விடுவித்து தனது கட்டுப்பாட்டில் வைத்திருந்தது. இதை எதிர்கொள்ள டி சோடோ (De Soto) என்ற வலதுசாரி பொருளாதார நிபுணரின் ஆலோசனைகளின் அடிப்படையில் பெரு நாட்டு அரசு ஏழை மக்களுக்கு துண்டு நிலங்களை வழங்கும் நடவடிக்கையை முன்னெடுத்தது. இதன் மூலம் அரசிடம் குவிந்து கிடக்கும் நிலமானது விற்று வாங்கப்படும் பொருளாக மாறி சந்தைக்கு வரும். மக்களிடையே பணப்புழக்கம் அதிகரிக்கும் என்றார் டி சோடோ. இது இன்னொரு விதத்தில் உழுபவனுக்கே நிலம் என்ற இடதுசாரிகளின் முழக்கத்தைக் கைப்பற்றுவதாகும்.

இந்தியாவில் வனவாழ் மக்களுக்கு நில உரிமையளிக்கும் வன உரிமைச் சட்டத்தைக் கொண்டுவருவதில் டி சோடோவின் சிந்தனைகள் முக்கிய பங்கு வகித்தன. ராகுல்காந்தி டி சோடாவின் பரிசோதனைகளின் ஆர்வம் கொண்டிருந்தார். பெரு நாட்டில் ஒளிரும் பாதை அமைப்பின் ஆட்சியில் இருந்த பகுதிகளிலும் விவசாயிகள் அரசின் நிலம் வழங்கும்

திட்டத்தில் ஆர்வம் காட்டியதால் கட்சி தனது அனுதாபிகள் அனைவரையும் சந்தேகத்துடன் பார்க்கவேண்டிய நிலை ஏற்பட்டது. விவசாயிகள் கட்சியிடமிருந்து விலகிச் செல்வதும் நடந்தது. இதனால் கிராமங்களில் பாதுகாப்பு இல்லாமல் போய் கட்சித் தலைமை நகரங்களுக்கு வந்து தங்கவேண்டிய நிலை உருவாகியது. அவ்வாறு லிமா நகரில் ஒரு ரகசிய தங்கிடத்தில் தங்கியிருந்த ஷைனிங் பாத் கட்சியின் தலைவர் கன்சாலோ உட்பட பெரும்பாலான தலைமைக் குழு உறுப்பினர்கள் கைது செய்யப்பட்டனர். அமைப்பு மிகப்பெரும் பின்னடைவுக்கு ஆளானது. பின்னடைவுக்குக் காரணம் தலைமை கைது செய்யப்பட்டது மட்டும் அல்ல. முதலாளித்து சீர்திருத்தங்களை எதிர்கொள்வதில் ஏற்பட்ட தாமதமே முதன்மையான காரணமாகும்.

துருக்கியின் குர்திஷ் தொழிலாளர் கட்சி துருக்கியிலும், சிரியாவிலும் மிகவும் பலம் வாய்ந்ததாகவிருந்தது. சிரியாவில் உள்நாட்டுப் போர் மூண்டதும் இக் கட்சியின் சிரியப் பிரிவான YPG, சிரிய ஜனநாயகப் படை – SDF (Syrian democratic forces) என்ற அமைப்பை உருவாக்கியது. இப்போது இந்த அமைப்பு சிரியாவின் மூன்றில் ஒரு பகுதியை விடுவித்து ஆட்சி நடத்தி வருகிறது. ஆனால் இக்கட்சியானது அமெரிக்க ஐக்கிய நாடுகள், மேற்கு ஐரோப்பிய நாடுகள், இஸ்ரேல் ஆகியவற்றுடன் ஒத்துழைத்து வருகிறது. மார்க்சிய லெனினியத்தைக் கைவிட்டு பகூனினின் அராஜகவாதம் எனப்படும் அரசு இல்லாத ஆட்சி முறையைக் கைக்கொண்டு வருகிறது. இந்த விதத்தில் ஐரோப்பா முழுவதும் உள்ள அரசு எதிர்ப்பு வாதிகளின் ஆதரவைப் பெற்றுள்ளது. உலகில் உள்ள ஒரே அரசு இயங்காத பிரதேசமாகவும் சிரியாவின் குர்தீஷ் பகுதி இருக்கிறது. இதில் சிக்கல் என்னவெனில் அமெரிக்க உதவி இல்லாமல் நீடிக்க முடியாத நிலையே சிரிய ஜனநாயகப் படைகளுக்கு உள்ளது. எனவே சிரிய பரிசோதனையை முழுமையானது, சுதந்திரமானது என்று எடுத்துக்கொள்ள முடியாது. இதன் தாய்க் கட்சியான குர்திஸ்தான் தொழிலாளர் கட்சியும் இதே அரசியலைக் கடைப்பிடித்து வருகிறது. ஒரு காலத்தில் மிகுந்த வளர்ச்சிபெற்ற இந்தக் கட்சி இப்போது ஒரு தேக்கத்தைச் சந்தித்து வருகிறது.

பிரசந்தா தலைமையிலான நேபாள கம்யூனிஸ்ட் கட்சியானது நாட்டின் எண்பது சதவீத நிலப்பரப்பைக் கைப்பற்றி ஆட்சியைக் கைப்பற்றும் தருணத்தில் இந்தியா போன்ற நாடுகளின் தலையீட்டின் காரணமாக தேர்தல் பாதைக்கு வந்து பாராளுமன்ற அரசு அமைத்துள்ளது. இதன் காரணமாக தான் விரும்பிய புரட்சிகர மாற்றங்களை முழுவீச்சில் செய்ய முடியாத நிலையே உள்ளது.

கொலம்பியாவின் FARC, எல்சல்வடார் FMLN ஆகிய இடதுசாரி கெரில்லா அமைப்புகள் பலவீனமடைந்து அரசுகளுடன் அமைதிப் பேச்சுவார்த்தையில் ஈடுபட்டு கெரில்லாப் போரிலிருந்து விலகியுள்ளன. இதேபோல பிலிப்பைன்சின் புது மக்கள் ராணுவமும் பழைய வலிமையை அடைய முடியாத நிலையில் உள்ளது.

இடதுசாரி அமைப்புகளைப் போலவே பலவேறு தேசிய இன விடுதலைப்போராட்ட அமைப்புகளும் நவ தாராள உலகின் புதிய சூழலில் அழிக்கப்பட்டுள்ளன. ஈழத்தின் விடுதலைப் புலிகள், அஸ்ஸாமின் உல்பா ஆகியவை பல நாடுகளின் ஒத்துழைப்பின் காரணமாக முழுமையாக அழிக்கப்பட்டன. நாகாலாந்தின் NSCN ஐசக் மூவா பிரிவு பதினைந்து ஆண்டுகளாக ஆயுதப் போராட்டத்தை நிறுத்திவைத்து அரசுடன் பேச்சு வார்த்தைகளின் ஈடுபட்டு வருகிறது.

அதேநேரம் ஆயுதப் போராட்ட அமைப்புகளின் காலம் முடிந்துவிட்டது என்றும் சொல்லிவிட முடியாது. ஹமாஸ், ஹிஸ்புல்லா, அன்சாருல்லா, அல் கைதா, ஐஎஸ் ஆகிய அமைப்புகள் வெற்றிகரமான கெரில்லாப் போராட்ட அமைப்புகளாக வளர்ச்சி கண்டு வருகின்றன. முதல் மூன்று அமைப்புகளுக்கு ஈரானின் உதவியும், அல் கைதா, ஐஎஸ் அமைப்புகளுக்கு தேவையை ஒட்டி அமெரிக்கா உள்ளிட்ட பல்வேறு வலதுசாரி நாடுகளின் உளவுத் துறைகளின் மறைமுக உதவிகளும் உள்ளன. தாலிபான் பெரிய வெற்றிபெற்று ஆப்கானிஸ்தானில் ஆட்சியைக் கைப்பற்றியுள்ளது.

புதிய பொருளாதாரக் கொள்கை உலகம் முழுவதும் வெற்றிகரமாக செயல்படுத்தப்பட்டு வரும் காலத்தில், நாடுகளுக்கு இடையேயான ஒத்துழைப்பு அதிகரித்து வரும்

காலத்தில் கெரில்லா அமைப்புகள் பழைய பாணியில் இயங்க முடியாத சூழ்நிலை உள்ளது. புதிய சூழலுக்கு ஏற்ப தகவமைத்துக் கொள்ளும் அமைப்புகளே தாக்குப் பிடித்து நிற்கின்றன.

பழைய பாணி முதலாளித்துவ அரசுகளில் அரசு நேரடியாகத் தொடாத பல நிலப்பரப்புகள் இருக்கும். அங்கிருந்து செயல்படுவது என்பது மாவோயிஸ்ட் போன்ற அமைப்புகளுக்கு சாத்தியமாகவிருந்தது. நவ தாராளமய அரசுகள் நாடுகளின் அனைத்து பகுதிகளையும் முதலாளித்து சுரண்டலுக்குள்ளும், நுகர்வுக்குள்ளும் கொண்டு வந்துள்ளன. இந்தப் பகுதிகளிலுள்ள கனிமங்களை தோண்டியெடுப்பது, இதுவரை அரசு எட்டாத பகுதிகளில் வாழும் மக்களிடைமும் நுகர்வுப் பண்டங்களைக் கொண்டு செல்வது, அந்த மக்களையே உழைப்பாளர்களாக முதலாளித்துவ விரிவாக்கத்துக்கும், உள் கட்டுமானப் பணிகளுக்கும் பயன்படுத்துவது என்று இந்த அரசுகள் இயங்குகின்றன. பல்வேறு அடையாள அரசியல் குழுக்களும், தன்னார்வத் தொண்டு நிறுவனங்களும் மாற்றுக்களைக் கொடுப்பதாக இயங்கி வருகின்றன. இவையனைத்துமே புரட்சிகர அரசியலை முன்னிறுத்துவதற்கு இடையூறாக உள்ளன.

இந்தச் சூழ்நிலையில் உலகமயத்துக்கு முன்பு உருவான அமைப்புகளும் சற்றே நிதானித்து மாற்றங்களுக்கு ஏற்ற செயல்திட்டங்களுடன் செயல்பட வேண்டிய நிலையே உள்ளது.

அல் கைதா அமைப்பைச் சேர்ந்த அபு மூஸா அல் சூரி இக்காலத்தின் மிக முக்கியமான கெரில்லாப் போர்த்தந்திர கோட்பாட்டளராவார். தாலிபான் ஆப்கானிஸ்தானில் ஆட்சியைப் பிடித்ததும் அதற்குப் பின்புலமாக இருந்த அல் கைதா தனக்கு அரேபியாவில் கிடைத்த ஆதரவின் காரணமாக அங்கே அரசைக் கவிழ்ப்பதற்கான ஆயுதப் போராட்டத்தில் ஈடுபட்டது. இது அழிவில் முடியும் என்று அபு மூஸா அல் சூரி கூறினார். சவூதி அரேபியாவை விட ஏமன் நாடே கெரில்லாப் போருக்குச் சிறந்தது என்றும் அவர் கூறினார். அதுவே நடந்தது.

பின்பு அல் சூரி வளர்ச்சியடைந்த நாடுகளில் ஆதரவாளர்களைக் கொண்டு தலைவரில்லாத போர்முறை, மையமில்லாத போர்முறை, தனிநபர் தாக்குதல்கள் ஆகியவற்றை நடத்துவது

என்ற கோட்பாட்டை உருவாக்கினார். இணையத்தின் மூலம் அமைப்பானது அரசியல் கோட்பாட்டை பிரச்சாரம் செய்யும். வழிவகைகள் ஆகிவற்றை உருவாக்குவதில் உதவும். ஆனால் உறுப்பினர்கள் தனித்தே இயங்க வேண்டும். ஒரு குழுவுக்கும் இன்னொரு குழுவுக்கும் இணைப்பே இருக்காது. இத்தகைய தாக்குதல்களில் இருந்தே சிவில் நிர்வாகம் குலைந்து ஒரு கெரில்லாப் படை உருவாகி வரும் என்கிறார் அபு மூஸா அல் சூரி. இதைத் தனது Global Islamic Resistance Call என்ற தனது நூலில் விவரிக்கிறார். இந்தத் தனிநபர் தாக்குதல்கள் பெரிய அளவில் பலனளிக்கவில்லை. ஆனால் இதுபோன்ற பரிசோதனைகள் தொடர்ந்து செய்யப்படும்போது ஏதாவது ஒரு புள்ளியில் நவீன அரசுகளின் பலவீனத்தை ஏதாவது ஒரு ஆயுதப் போராட்ட அமைப்பின் கோட்பாட்டாளர் கண்டுகொள்ளக் கூடும்.

அதுவரை அரசு இயந்திரம் வளர்ச்சியடைந்த ஆசிய ஆப்பிரிக்க நாடுகளில் புரட்சிப் போராட்டத்துக்கான சரியான திசை வழி என்பது எட்டாக் கனியாகவே இருக்கும்.

இரா. முருகவேளின் பிற நூல்கள்

நாவல்கள்

மிளிர்கல்
முகிலினி
செம்புலம்
புனைபாவை

சிறுகதைத் தொகுப்பு

சர்ரியல் இரவு

மொழிபெயர்ப்புகள்

ஒரு பொருளாதார அடியாளின் ஒப்புதல் வாக்குமூலம்
எரியும் பனிக்காடு
தூக்கிலிடுபவரின் குறிப்புகள்

கட்டுரைத் தொகுப்புகள்

நீலத்தங்கம் – தனியார்மயமும் நீர் வணிகமும்
கார்ப்பரேட் என் ஜி ஓ.க்களும் புலிகள் காப்பகங்களும்
நாத்திக குரு
இன்பமயமான இந்திய வரலாறு